SỰ CẦU NGUYỆN

Cầu Nguyện Chung Định Hình Hội Thánh

John Onwuchekwa

Bản dịch tiếng Việt: **Văn Phẩm Hạt Giống**

Văn Phẩm Hạt Giống

Originally published in English under the title
Prayer: How Praying Together Shapes the Church

Copyright © 2018 by John Onwuchekwa

Published by Crossway,
a publishing ministry of Good News Publishers
Wheaton, Illinois 60187, U.S.A.

This edition published by arrangement with Crossway.
All rights reserved.

Vietnamese edition © 2022 by Văn Phẩm Hạt Giống.
eISBN: 978-1-988990-49-1
ISBN (Việt Nam): 978-604-61-8384-6
ISBN (Canada): 978-1-988990-52-1

Bản dịch bản quyền © 2022 Văn Phẩm Hạt Giống

Bảo lưu bản quyền. Không phần nào trong xuất bản phẩm này được phép sao chép hay phát hành dưới bất kỳ hình thức hoặc phương tiện nào mà không có sự cho phép bằng văn bản của nhà xuất bản giữ bản quyền, ngoại trừ các trích dẫn ngắn trong những bài phê bình sách.

Phần Kinh Thánh được trích dẫn từ Bản Truyền Thống Hiệu Đính, trừ những phần có ghi chú bản dịch cụ thể. Bản quyền © 2010 bởi Liên Hiệp Thánh Kinh Hội. Đã được phép sử dụng. Bản quyền được bảo lưu.

Mục lục

Lời Giới Thiệu Sách 1

Lời Tựa Cho Bộ Sách 7

Giới Thiệu 9

1   Thở Lại 13

2   Lớp Học Cầu Nguyện 23

3   Thế Giới Là Của Bạn 35

4   Món Soul Food 49

5   Gốc Rễ 59

6   Vinh Hiển 71

7   Dựa Vào Ta 83

8   Làm Điều Đúng 99

Kết Luận 111

Phụ Lục Theo Câu Kinh Thánh 119

Lời Giới Thiệu Sách

"Tôi không biết mình đã từng đọc quyển sách nào về sự cầu nguyện để lại trong tôi đầy đủ mọi cung bậc cảm xúc của con người chưa cho đến khi tôi đọc quyển *Sự Cầu Nguyện* của John Onwuchekwa. Đây là quyển sách rất người – đẹp đẽ, sâu sắc, hài hước, táo bạo và mang tính mục vụ. Đây không chỉ là cuốn sách sửa lại đời sống cầu nguyện thường uể oải của chúng ta. Ở quyển sách này không có chuyện lợi dụng mặc cảm tội lỗi. Onwuchekwa viết như một người bạn đồng hành, người bạn đồng hành biết điều bạn mình cần nhất: sự tươi mới. Quyển sách này là lời khích lệ xua tan cơn khát, mời gọi chúng ta cùng nhau tìm kiếm Đức Chúa Trời vĩ đại. Tôi cầu nguyện để tất cả các hội thánh đều đọc quyển *Sự Cầu Nguyện* này chung với nhau; điều đó sẽ làm thay đổi hội chúng của chúng ta. Đây là lời mời gọi ấm áp cho toàn thể hội thánh, thu hút con dân Chúa đến với những điều kỳ diệu của sự cầu nguyện."

Thabiti Anyabwile, Mục sư, Hội thánh Anacostia River Church, Washington, DC; tác giả quyển *What Is a Healthy Church Member?*

"Sự Cầu Nguyện là một quyển sách tuyệt vời do bạn thân của tôi là John Onwuchekwa viết. Đây là quyển sách phong phú về thần học và kiến thức Kinh thánh. Sách cũng thực tế và chân thực. Bạn muốn bắt đầu buổi nhóm cầu nguyện ở hội thánh của mình ư? Quyển sách này là một khởi điểm rất tốt."

Daniel L.Akin, Hiệu trưởng, Viện Thần học Báp-tít Nam Phương

"Ai hẳn cũng đều nhớ đến người dì hay người cậu từng xoa dịu nỗi sợ hãi của chúng ta bằng câu nói 'dì/cậu mới mới cầu nguyện cho việc đó'. John Onwuchekwa là tiếng nói ấy của ngày hôm nay, kêu gọi hội thánh quay về với một trong những công cụ mạnh mẽ nhất trong kho vũ khí của chúng ta - thói quen cầu nguyện cùng nhau. Ông không chỉ muốn đánh thức những cơ bắp cầu nguyện đã bị teo mà ông còn muốn mời chúng ta bước vào công tác vất vả hơn, ấy là định hướng lại những thứ tự ưu tiên của chúng ta cho phù hợp với thứ tự của Chúa. Lời Onwuchekwa kêu gọi quay về với "những việc trước nhất" như thế là một khởi đầu tuyệt vời để nhìn thấy các cộng đồng Cơ Đốc cùng hướng về một vương quốc."

K.A.Ellis, Canada Fellow for World Christianity, Viện Thần học Cải chánh

"Có thể hội thánh bạn còn thiếu điều gì đó, điều mà bạn ít nghĩ đến và thậm chí không nhận ra. Đó là sự cầu nguyện. Onwuchekwa chia sẻ những lý do đầy thuyết phục, sâu sắc và hợp Kinh thánh vì sao cầu nguyện cùng nhau phải là điều ưu tiên đối với hội thánh. Thật là một đặc ân khi cầu nguyện với nhau như một gia đình - đây là khải tượng Onwuchekwa nhìn thấy cho chúng ta. Quyển sách này không chỉ có khả năng biến đổi cá nhân mà còn biến đổi cả các mối liên hệ và văn hóa trong hội thánh. Rất hân hạnh được giới thiệu."

Trillia Newbell, tác giả các quyển sách *God's Very Good Idea; Enjoy;* và *Fear and Faith*

"Hội thánh đầu tiên hoạt động đầy năng quyền vì họ là hội thánh biết cầu nguyện (Công 4:31). Nếu ngày nay chúng ta là những thợ máy mục vụ tài giỏi đến nỗi có thể thành công mà không cần đến năng quyền từ trên cao, thì chúng ta đã thất bại. Nhưng nếu hội thánh chúng ta ngày nay lưu tâm đến lời kêu gọi cầu nguyện đầy thuyết phục này của John Onwuchekwa, thì chúng ta cũng sẽ đánh bại mọi thế lực đời này, vì vinh hiển của Chúa!"

Ray Ortlund, Mục sư quản nhiệm Hội thánh Immanuel, Nashville, Tennessee

"Đây là một quyển sách khiến bạn phải suy nghĩ về đời sống cầu nguyện trong hội thánh địa phương. Onwuchekwa xây dựng một khung thần học rồi đưa ra những giải pháp rõ ràng và thực tiễn để làm sáng tỏ vấn đề. Tôi vinh dự được làm việc chung với John trong mười năm qua, và tôi chưa thấy ai có khả năng trình bày những khái niệm cao quý theo cách mà thân thể Đấng Christ có thể chấp nhận được tốt như ông. Quyển sách này là thành quả từ ân tứ đó của ông. Ông truyền đạt những nguyên tắc Thánh Kinh một cách hiệu quả. Tác phẩm này của ông là món quà dành tặng hội thánh."

Dhati Lewis, Mục sư quản nhiệm, Hội thánh Blueprint, Atlanta Georgia; Giám đốc điều hành Community Restoration, North American Mission Board; tác giả quyển *Among Wolves: Disciple-Making in the City*

"Hội thánh chúng ta còn cần gì thêm nữa ngoài một đời sống tâm linh lấy Phúc âm làm trọng tâm? Và chúng ta có thể làm gì khác để kinh nghiệm cuộc phấn hưng này hơn là tái cam kết nuôi dưỡng mối tương giao với Cha mình qua sự cầu nguyện? Đó là lý do tôi biết ơn Chúa về quyển sách đặc biệt này do John Onwuchekwa viết. Đây là sách hướng dẫn thực tiễn, dễ sử dụng và dễ hiểu về chiều sâu của đặc ân lớn lao đầy vinh hiển, đó là được nói chuyện với Đức Chúa Trời của cả vũ trụ."

Jared C. Wilson, Chủ tịch Content Strategy, Midwestern Baptist Theological Seminary; Chủ tịch Trung tâm Huấn luyện Mục vụ, Liberty Baptist Church, Kansas City, Missouri; tác giả quyển *Supernatural Power for Everyday People*

"Tôi có nhiều điều để nói về quyển sách nhỏ này, bởi vì đây là quyển sách rất hay. Thật vậy, tôi nghĩ rằng đây là một trong những quyển hay nhất trong bộ sách này. Ngắn gọn và súc tích, mục sư John Onwuchekwa đặc biệt nghiên cứu hai phần trong các sách Phúc âm – Bài Cầu Nguyện Chung và lời cầu nguyện của Chúa Giê-xu trong vườn Ghết-sê-ma-nê. Onwuchekwa chia sẻ những quan sát ý nghĩa, mang tính trực giác nhưng cũng đầy kinh ngạc. Quyển sách được minh họa rõ ràng, trung thành với Kinh thánh và chính xác về thần học. Đây là quyển sách hữu ích không chỉ để giúp chúng ta suy nghĩ khi nào thì nên cầu nguyện, mà còn giúp chúng ta biết chúng ta nên cầu nguyện như thế nào và thậm chí chúng ta nên cầu nguyện cho điều gì. Quyển sách tái giới thiệu với chúng ta điều đã bị lãng quên là cầu nguyện chung tại hội thánh. Mang đến hy vọng và truyền cảm hứng, cụ thể và thực tiễn, cả quyển sách thật ngọt ngào nhờ những chi tiết hài hước. Quý vị sẽ thấy hữu ích khi đầu tư thời gian để đọc quyển sách nhỏ nói về chủ đề lớn này."

Mark Dever, Mục sư quản nhiệm Capitol Hill Baptist Church, Washington DC; Chủ tịch 9Marks

Kính tặng Mẹ - người đã dạy con cầu nguyện.
Kính tặng Ba - tấm gương can đảm nhờ cầu nguyện.
Thương tặng vợ, Shawndra - cộng sự cầu nguyện
suốt đời của anh.
Mến tặng Ava - trái ngọt của lời cầu nguyện bền bỉ.
Gửi tặng Hội thánh Cornerstone - đức tin và tình yêu thương của quý vị đã làm tăng đức tin và tình yêu trong tôi.

Lời Tựa Cho Bộ Sách

Bạn có tin rằng trách nhiệm của bạn là gây dựng một hội thánh khỏe mạnh không? Nếu bạn là Cơ Đốc nhân, chúng tôi tin rằng bạn sẽ nghĩ như thế.

Mạng lệnh của Chúa Giê-xu dành cho bạn là môn đồ hóa (Mat 28:18–20). Giu-đe nói hãy xây dựng chính mình trên đức tin (Giu-đe 20–21). Phi-e-rơ kêu gọi bạn dùng ân tứ để phục vụ người khác (1 Phi 4:10). Phao-lô khuyên bạn hãy nói ra sự thật bằng tình yêu thương để hội thánh được tăng trưởng (Êph 4:13,15). Bạn có nhận ra chúng tôi lấy những ý này từ đâu không?

Cho dù bạn là thành viên hay lãnh đạo hội thánh, thì bộ sách Xây Dựng Hội Thánh Khỏe Mạnh cũng đều nhắm giúp bạn thực hiện những mạng lệnh như thế trong Kinh thánh, qua đó giúp bạn thực hiện phần trách nhiệm của mình trong công tác xây dựng hội thánh khỏe mạnh. Nói cách khác, chúng tôi hy vọng những quyển sách này sẽ giúp bạn thêm lên lòng yêu mến hội thánh như Chúa Giê-xu yêu hội thánh của bạn.

9Marks mong muốn xuất bản một cuốn sách ngắn, dễ đọc về từng chủ đề trong điều Mark gọi là chín dấu chỉ của một hội thánh khỏe mạnh và thêm vài dấu chỉ về tín lý đúng đắn, sự cầu nguyện và truyền giáo. Hãy chờ những cuốn sách viết về giảng giải kinh, thần học Kinh thánh, Phúc âm, sự cải đạo, chứng đạo, thuộc viên hội thánh, kỷ luật hội thánh, môn đồ hóa, tăng trưởng và lãnh đạo hội thánh.

Hội thánh địa phương hiện hữu để phô bày vinh quang của Chúa cho muôn dân. Chúng ta làm điều này bằng cách chăm xem Phúc âm của Chúa Giê-xu Christ, tin vào sự cứu rỗi của Ngài và yêu thương nhau bằng sự thánh khiết, hiệp một và yêu thương của chính Đức Chúa Trời. Nguyện cuốn sách mà bạn đang cầm trên tay sẽ hữu ích đối với bạn.

Mark Dever and Jonathan Leeman
Chủ biên bộ sách

Giới Thiệu

Nếu bạn bước chân đến hầu hết các hội thánh vào Chúa nhật tuần đến, bạn sẽ thấy gì?

Bạn sẽ thấy tiếng đàn, tiếng hát. Âm thanh có thể to hoặc nhỏ, bài thánh ca có thể mới hoặc cũ. Nhưng bố cục cơ bản là y như nhau cho dù bạn ở Billings thuộc Montana, hay tại Atlanta thuộc tiểu bang Georgia.

Còn có thêm phần bài giảng nữa. Bài giảng có thể theo chủ đề, ngắn gọn và thoải mái. Hoặc có thể bài giảng đi theo kiểu giảng giải kinh, dài và nghiêm trang. Tùy vào ngày Chúa nhật mà bạn có thể có phần lễ báp-tem, Tiệc thánh hay đọc Kinh thánh chung.

Nhưng bạn có biết điều có lẽ bạn ít thấy hay ít được tham gia là gì không? Cầu nguyện.

Tôi không nói rằng chẳng có ai nói chuyện với Chúa. Nhưng phần cầu nguyện chắc chắn sẽ rất ngắn và ít, vài ba lời qua quít, vội vàng như nhạc sĩ và nhà hùng biện lúng ta lúng túng tiếng được tiếng mất trên sân khấu. Những lời cầu nguyện đó có thể đúng Kinh thánh nhưng mơ hồ, tập chú vào những lời hứa chung chung của Đức Chúa Trời dành cho một nhóm người nhỏ không xác định. Những lời cầu nguyện đó có thể cung cấp nhiều thông tin nhưng cục bộ, hiếm khi vượt ra khỏi nhu cầu trước mắt của người nghe. Những lời cầu nguyện ấy có thể đầy cảm xúc, xuất phát từ tấm lòng của những người thật sự hết lòng khát khao được tương giao với Chúa.

Vấn đề là những lời cầu nguyện ấy không chậm lại để nhấn nhá quanh vinh quang của Chúa, quanh những thuộc tính và bản tính của Ngài. Những lời cầu nguyện ấy không thong thả suy ngẫm Lời Chúa. Những lời cầu nguyện ấy không đòi hỏi người nghe tra xét lòng mình để xưng ra những tội cụ thể. Đó không phải là những lời cầu xin Chúa giúp để chúng ta làm những việc chỉ Ngài mới có thể làm: cứu kẻ bị hư mất, nuôi người đói, giải phóng người bị cầm tù, ban sự khôn ngoan cho các vị lãnh đạo thế giới, thay đổi những thể chế bị gãy đổ, nâng đỡ Cơ Đốc nhân bị bắt bớ.

Đây là vấn đề - và dường như nhiều hội thánh hoàn toàn không nhận thấy họ ít cầu nguyện chung với nhau làm sao, cũng không nhận ra lời cầu nguyện của họ ít phản chiếu tấm lòng rộng rãi của Đức Chúa Trời thế nào. Tôi nhớ John Stott có mô tả một buổi nhóm cầu nguyện ông đã từng tham dự. Bạn nghe xem có quen thuộc không nhé!

> Tôi nhớ cách đây vài năm có đến thăm một hội thánh nọ. Tôi ngồi ở hàng ghế phía sau... Khi đến phần cầu thay, người hướng dẫn phần ấy là một tín hữu, vì mục sư đang đi nghỉ. Vì vậy, anh xin Chúa cho mục sư có một kỳ nghỉ vui. Vâng, vậy cũng được. Mục sư cũng nên có những ngày nghỉ vui vẻ. Thứ hai, anh cầu nguyện cho một nữ tín hữu trong hội thánh sắp sinh được mẹ tròn con vuông. Điều này cũng tốt. Thứ ba, anh cầu nguyện cho một nữ tín hữu khác đang đau bệnh và thế là xong phần cầu nguyện. Tất cả chỉ có vậy. Mất chừng hai mươi giây. Tôi thầm nghĩ đây là một hội thánh làng quê với một Đức Chúa Trời của làng quê. Họ không quan tâm gì đến thế giới bên ngoài. Họ không hề nghĩ đến người nghèo, người bị áp bức, người tị nạn, đến những nơi đang đầy bạo lực hay đến công tác truyền giáo trên thế giới.[1]

Điều ông John Stott mô tả ở đây có thể đúng đối với nhiều hội thánh: những lời cầu nguyện của làng quê dâng lên cho các vị thần làng.

---

[1] John Stott, *Ten Great Preachers*, ed. Bill Turpie (Grand Rapids, MI: Baker, 2000), 117

Tôi từng nghe Mark Dever nói rằng trong các buổi nhóm của hội thánh chúng ta cần cầu nguyện nhiều đến độ người chưa tin phải thấy chán. Chúng ta nói quá nhiều với một Đức Chúa Trời mà họ không tin.

Có lẽ nói như thế là cường điệu quá mức, nhưng chắc chắn chúng ta nên cầu nguyện cho nhiều vấn đề hơn, sâu sắc hơn và sát Kinh thánh hơn.

Tóm lại, mục tiêu của cuốn sách này là: giúp hội thánh học cách cầu nguyện sâu sắc hơn và nhiều hơn. Nhờ ân điển của Chúa, đời sống cầu nguyện cá nhân có thể được cải thiện thế nào, thì đời sống cầu nguyện chung của hội thánh cũng vậy.

Con đường phía trước

Không có cuốn sách nào viết về sự cầu nguyện có thể nói tất cả mọi điều cần phải nói về sự cầu nguyện. Ngoài ra, đời sống cầu nguyện kết quả được nuôi dưỡng nhờ liên tục thực hành, không phải nhờ hiểu thấu suốt những lời tuyên bố. Nhưng khi cùng nhau bước đi trên hành trình này, tôi muốn bảo đảm rằng bạn hiểu đích đến mà tôi nhắm tới. Tôi hy vọng cuốn sách này sẽ là kim chỉ nam và là sức bật giúp bạn tận hưởng món quà lạ lùng của sự cầu nguyện mà chúng ta có được *trong tư cách hội thánh.*

Trong tất cả những quyển sách được viết về sự cầu nguyện, đây là quyển có một mục đích rất cụ thể: nghiên cứu xem sự cầu nguyện định hình đời sống của hội thánh như thế nào. Có rất nhiều điều đã được viết về chuyện cầu nguyện như một hình thức kỷ luật cá nhân. Còn cầu nguyện như một hoạt động tập thể cần thiết góp phần khuôn đúc hội thánh địa phương thì chưa được nói đến nhiều (dù quyển *Praying Together* của Megan Hill cũng khá hữu ích [Crossway, 2016]).

Hãy xem đây là cuốn sách cung cấp một vài mảnh ghép cần thiết còn thiếu trong bộ xếp hình về sự cầu nguyện gồm năm trăm miếng đã được ghép. Tôi là người được hưởng thành quả từ công việc khó nhọc của những người đã ghép phần lớn bức tranh.

Để tôi cho bạn xem trước nội dung trong sách. Chương 1 trình bày vấn đề của chúng ta: thiếu sự cầu nguyện chung. Chương 2 giới thiệu con đường đi đến giải pháp. Chúng ta sẽ dành chút thời gian tìm hiểu ý tôi muốn nói qua từ *cầu nguyện* để có thể cùng nhau đi tiếp.

Chương 3 và 4 xem Chúa Giê-xu đã nói gì về sự cầu nguyện và đã cho chúng ta một khuôn mẫu về sự cầu nguyện như thế nào. Chương 5 đi từ những chân lý mang tính gợi ý về sự cầu nguyện đến việc xem xét đời sống cầu nguyện mạnh mẽ của Chúa Giê-xu giữa khủng hoảng.

Phần cuối của sách, chương 6–8, là phần thực tế hơn. Sau khi trình bày những lợi ích của việc cầu nguyện chung và sự cầu nguyện định hình hội thánh như thế nào, những chương này sẽ thảo luận cách kết hợp cầu nguyện vào đời sống của hội thánh. Chúng ta sẽ bàn đến nhiều chủ đề khác nhau: sự cầu nguyện trong giờ thờ phượng chung, các buổi nhóm cầu nguyện và sự cầu nguyện tập thể định hình sứ mạng chung lẫn việc đeo đuổi tính đa dạng của chúng ta như thế nào.

Trong phần phụ lục, tôi sẽ giới thiệu cho bạn những quyển sách khác về sự cầu nguyện để bạn nhìn thấy bức tranh hoàn chỉnh. Tôi sẽ chỉ gợi ý vài quyển sách thôi, vì đọc sách về sự cầu nguyện thì lúc nào cũng dễ hơn cầu nguyện rất nhiều. Tôi chỉ muốn cho bạn biết vừa đủ để kích thích bạn cầu nguyện, quá nhiều sẽ khiến bạn xao lãng việc cầu nguyện thực sự.

Xin Chúa giúp bạn đón nhận cuốn sách này đúng với giá trị của nó. Nguyện hội thánh bạn được tăng trưởng qua thì giờ cầu nguyện thường xuyên và lành mạnh.

1

Thở Lại
Vấn Đề Không Cầu Nguyện

Cầu nguyện là thở

Bạn đang đọc một quyển sách khác viết về sự cầu nguyện. Có lẽ quyển cuối cùng bạn đã đọc không khiến bạn cảm thấy mặc cảm tội lỗi đủ. Một quyển sách về sự cầu nguyện mà không có lời trích dẫn mở đầu nêu lên những thiếu sót của bạn trong tư cách người cầu nguyện thì có ích lợi gì? Không chần chờ thêm nữa, hãy đọc câu trích này: "Cơ Đốc nhân mà không cầu nguyện cũng giống như sống mà không thở!"[1]

Bỏ qua một bên tất cả những lời bông đùa về câu nói ấy, thì đây có lẽ là câu nói có sức thuyết phục và thách thức nhất về sự cầu nguyện mà tôi từng đọc. Thở - hình ảnh ẩn dụ chỉ sự cầu nguyện của người Cơ Đốc - hàm chứa phần lớn ý nghĩa của sự cầu nguyện. Nó nhắc chúng ta rằng cầu nguyện là điều gì đó thiết yếu đối với sự hiện hữu của chúng ta. Thở là điều thiết yếu đối với mọi hoạt động của chúng ta. Thở thêm sức để chúng ta hoạt động. Cũng vậy, cầu nguyện là điều cơ bản và sống còn. Cầu nguyện liên kết sự hiện hữu trong hiện tại của chúng ta với sự tồn tại bất diệt. Cầu nguyện là thở.

---

[1] Thử nghiệm khả năng biết hết mọi thứ của Google thất bại ở đây. Rõ ràng chỉ một mình Đức Chúa Trời mới biết câu trích này bắt nguồn từ đâu. Một số người cho rằng từ Martin Luther, một số khác nói là từ Martin Luther King Jr. Xét thấy MLK được đặt theo tên Martin Luther, nên hãy cho rằng nó bắt nguồn từ cả hai ông.

Không có ẩn dụ nào về sự cầu nguyện đối với Cơ Đốc nhân hay bằng hình ảnh này.

Đó là lý do vì sao cuộc chiến mà nhiều Cơ Đốc nhân đối diện trong sự cầu nguyện lại khó xử lý đến thế. Chẳng lạ sao khi mà nhiều Cơ Đốc nhân tin vào lẽ thật này nhưng lại có quá ít hội thánh thực hành? Nan đề của chúng ta không phải là cách chúng ta nói về sự cầu nguyện. Chúng ta nói về nó với cả lòng nhiệt thành và tài hùng biện đáng phải có. Nan đề của chúng ta là cách chúng ta thực hành cầu nguyện. Hành động của chúng ta không khớp với điều chúng ta tuyên bố, mà đó lại luôn là dấu hiệu cho thấy có điều gì đó không ổn (xem Gia-cơ 2).

Hoàn toàn không cầu nguyện không phải là vấn đề có thể xảy ra trong hội thánh. Có lẽ đâu đó vẫn có hội thánh không cầu nguyện gì cả, nhưng tôi không cho rằng điều đó đang xảy ra trong hội thánh của bạn. Tôi không biết hội thánh của bạn thế nào, nhưng tôi chắc rằng vẫn có những lúc quý vị cầu nguyện cùng nhau. Dù sự cầu nguyện chung như thế có lẽ rất hiếm hoi và thưa thớt, nhưng không phải là không có.

Tôi nghĩ đó chính là nan đề lớn nhất: không phải hoàn toàn thiếu sự cầu nguyện, mà là cầu nguyện quá ít. Còn đây là một trích dẫn khác làm nổi bật thêm tình trạng bất ổn về sự cầu nguyện: "Một trong những thảm họa rõ ràng của thời đại này, có lẽ là của mọi thời đại - đó là ít cầu nguyện hay không cầu nguyện gì cả. Trong hai thảm họa này, có lẽ ít cầu nguyện còn tệ hơn là không cầu nguyện. Ít cầu nguyện là một loại giả vờ, một kiểu trấn an lương tâm, một hài kịch và một sự lừa dối. Dành ít thời gian để cầu nguyện là bằng chứng của việc chúng ta đánh giá thấp sự cầu nguyện".[2]

Khi việc cầu nguyện trở nên hiếm hoi và thưa thớt, khi chỉ cầu nguyện đủ để xoa dịu lương tâm và chỉ thế thôi, thì chúng ta gặp rắc rối. Tất cả chúng ta đều thuộc về những hội thánh có cầu nguyện nhưng không có chủ đích hoặc không hiệu quả. Điều đáng tiếc là lời cầu nguyện của hội thánh thường rất giống với cầu nguyện trước

---

[2]E.M. Bounds, *E. M. Bounds on Prayer* (Peabody, MA: Hendrickson, 2006), 118.

bữa ăn: bắt buộc và trịnh trọng, nhưng không ai thật sự nhận được gì nhiều từ nó cả. Những lời cầu nguyện của hội thánh chỉ như là công cụ để chuyển tiếp từ hoạt động này sang hoạt động khác. Chúng ta cùng nhắm mắt, cúi đầu cầu nguyện để trong lúc đó ban hát đi lên đi xuống sân khấu không cảm thấy lúng túng.

Bạn có thấy mối hiểm họa khi ít cầu nguyện không? Khi cầu nguyện, sự cầu nguyện ấy nói lên điều gì đó. Sự cầu nguyện dạy hội thánh rằng chúng ta *thật sự* cần Chúa. Khi không cầu nguyện, điều đó nhấn mạnh giả định rằng không có Ngài chúng ta vẫn ổn. Cầu nguyện không thường xuyên dạy hội thánh rằng chỉ những tình huống đặc biệt họ mới cần đến Chúa - chỉ trong hoàn cảnh nào đó chứ không phải luôn luôn. Nó dạy hội thánh rằng thi thoảng mới cần đến sự giúp đỡ của Chúa, chứ không cần liên tục. Nó khiến hội thánh tin rằng chúng ta có thể làm nhiều việc mà không cần đến sự giúp đỡ của Chúa và chúng ta chỉ cần làm phiền Ngài khi rơi vào hoàn cảnh hết sức khó khăn.

Hãy cùng suy nghĩ với tôi một chút về những sự kiện kích động liên quan đến vấn đề chủng tộc dồn dập tấn công Hoa Kỳ suốt mùa hè năm 2016. Trong vòng 1 tuần, đất nước chúng tôi chứng kiến cái chết của Philando Castile, Alton Sterling và năm nhân viên cảnh sát ở Dallas. Người ta chia phe phái và phe nào cũng đau đớn cả. Chính hoàn cảnh này đã khiến nhiều hội thánh cùng họp nhau lại để cầu nguyện cho cộng đồng, cho hội thánh, cho những người lãnh đạo và cho đất nước. Một số hội thánh còn họp lại với các hội thánh khác, không phân biệt hệ phái. Khi đó, những lời cầu nguyện của chúng ta mạnh mẽ, cấp bách và có mục đích. Đó là tiếng gào thét "Chúa ơi, chúng con cần Ngài cứu giúp!"

Thế nhưng, khi những khủng hoảng ấy qua đi, sự cầu nguyện tập thể như thế cũng chấm dứt. Rất đáng lưu tâm phải không nào? Điều này cho thấy chúng ta xem cầu nguyện là điều gì đó đặc biệt, mục đích để dàn xếp những việc chúng ta không thể tự mình "giải quyết" được. Chúng ta không xem cầu nguyện như hơi thở. Chúng ta xem cầu nguyện như toa thuốc nhằm giúp chúng ta hết nhiễm trùng. Một khi hết nhiễm, thì những lời cầu nguyện sốt sắng và thường xuyên cũng không còn.

Phút thành thật

Cho phép tôi được thành thật một cách tàn nhẫn trong chốc lát. Vì tôi không phải nhìn vào mắt quý vị, nên tôi cảm thấy có chút can đảm khi thừa nhận sai lầm của mình. Nếu quý vị giống tôi và đang đọc một cuốn sách về sự cầu nguyện khiến quý vị cảm thấy mình là kẻ thất bại, thì hãy biết rằng viết một quyển sách về sự cầu nguyện làm cho tôi thấy mình là một kẻ giả hình. Tôi sẽ là người đầu tiên thừa nhận rằng khi nói đến sự cầu nguyện thì tôi không phải một chuyên gia. Tôi không thấy mình giỏi cầu nguyện. Tôi sẽ không ghi "chiến sĩ cầu nguyện" vào lý lịch của mình. Tôi đánh vật với đời sống cầu nguyện, lúc nào cũng vậy. Tôi thấy lời cầu nguyện của mình thường yếu ớt.

Tôi nói điều này bởi vì tôi đã gặp những người cầu nguyện mạnh mẽ và tôi biết mình không nằm trong số họ. Mẹ tôi thì có. Tôi nhớ mỗi ngày đi làm về, bà chào chúng tôi ngắn gọn trong lúc đi về phòng của mình. Hồi ấy cửa phòng ngủ của bà bị nứt, nên tôi đã hé nhìn qua khe hở và thấy bà quỳ gối xuống cạnh giường để cầu nguyện. Bà bước ra khỏi phòng với một con người khác. Bà làm điều này *mỗi ngày*. Cho đến tận bây giờ, bà vẫn không để tôi gác điện thoại cho đến khi bà cầu nguyện cho tôi. Còn nếu quên, thì bà sẽ gọi lại và nói vào hộp thư thoại. Cha tôi cũng vậy. Vì vậy, khi ba mẹ tôi mở hội thánh năm 2001, hội thánh đó cũng thừa hưởng gen di truyền cầu nguyện y như cách những đứa trẻ nhà Onwuchekwa thừa hưởng dáng mũi từ ba mẹ.

Cha mẹ tôi và các mục sư, truyền đạo cùng những tác giả ảnh hưởng nhiều đến tôi nhất đều là những người nam người nữ mạnh mẽ trong sự cầu nguyện. Họ làm cho tôi cảm thấy xấu hổ, ngay cả khi đã nỗ lực cầu nguyện hết sức. Tôi biết trở thành một chiến binh cầu nguyện (nếu bạn cho phép tôi dùng thuật ngữ này) là như thế nào vì tôi đã tận mắt chứng kiến, không phải vì tôi đã làm gương về việc đó trong nếp sống Cơ Đốc của mình. Trong phần lớn hành trình của mình, tôi thấy bản thân thiếu hụt chính những phẩm chất mình ngưỡng mộ.

Bước ngoặt

Cách đây vài năm, có một việc vừa kinh khủng vừa tuyệt vời đã xảy ra. Sáu tuần trước khi mở hội thánh mà tôi hiện đang quản nhiệm, người em trai ba mươi hai tuổi của tôi đột ngột qua đời. Không lời giải thích. Không rõ nguyên nhân. Không thể kết luận được gì khi khám nghiệm tử thi. Không ai chơi xấu. Nhưng em không còn nữa. Em đi rồi. Lần đầu tiên trong đời, tôi cảm thấy như không còn chút hơi sức nào. Tôi không thể thở. Nếu bạn từng bị đấm đến không thở được, bạn sẽ biết nó làm cho mọi chuyện phức tạp đến thế nào. Nhưng trong ân điển của Chúa, bi kịch này là điều tốt nhất có thể xảy đến cho mối quan hệ của tôi với Chúa và với hội thánh. Đức Chúa Trời đã dùng hoàn cảnh kinh khiếp ấy để sản sinh ra một điều tuyệt vời trong tôi.

Tôi khóc, lần đầu tiên suốt nhiều tháng. Tôi nghĩ mình đã chấp nhận cái chết của em trai, nhưng lòng tôi vẫn còn đau đớn đến kinh ngạc khi nhớ lại việc này. Bị khó thở, nghĩa đen lẫn nghĩa bóng, là cách Chúa dùng để giúp tôi hiểu rằng cầu nguyện là thở.

Bộ lọc của tôi biến mất khi lưỡi tôi nhấc lên trong lời cầu nguyện. Tôi vừa sốc vừa cảm thấy nhẹ nhõm, vừa xấu hổ lại vừa tức giận khi những lời nói tuôn ra khỏi miệng. Tôi gọi Chúa là kẻ nói dối. Ngài độc ác và vô tâm. Rồi, cũng trong hơi thở đó tôi xin Ngài tuôn đổ ân điển. Tôi cảm thấy khinh bỉ, tức giận và căm thù. Tôi nói với Ngài điều đó. Tôi không thể không nói với Ngài. Tất cả cứ thế tuôn ra. Nỗi đau như một loại thuốc thần kinh buộc tôi phải xưng ra tất cả mọi ý nghĩ không xứng đáng về Ngài. Và Ngài đón nhận hết. Từng ý một. Ngài sửa lại quan điểm tiêu cực của tôi, không bằng những lời khiển trách mà bằng những lời an ủi.

Trong lúc tôi đang đắm chìm trong đau buồn, Ngài đã mở bình ô-xy của tôi để buộc tôi phải ngoi lên lấy không khí. Khi tôi trồi lên gặp Ngài, thì đó không phải bờ vai lạnh lùng mà tôi đáng phải nhận, mà là đôi cánh tay rộng mở. Những gì tôi làm trước đây không phải là cầu nguyện. Nó mang tính hình thức, lạnh lùng, cằn cỗi và học vẹt. Lần đầu tiên trong đời, tôi cảm thấy tôi biết thế nào là cầu nguyện, là tương giao với Đức Chúa Trời. Khi trình dâng những điều lòng tôi lo lắng - từng điều một - tôi gặp một Đức Chúa Trời không sợ phải đón nhận những nỗi lo lắng, giống như tôi lo sợ khi dâng trình cho Ngài.

Đức Chúa Trời đã biến những hơi thở cuối cùng của em tôi thành những hơi thở đầu tiên của tôi. Kết quả là cả cuộc đời tôi xoay chuyển. Và điều này dẫn tới một điều quan trọng trong hội thánh mà tôi sắp quản nhiệm. Nhờ ân điển của Chúa, thảm kịch này và nhiều hoạn nạn khác hội thánh chúng tôi trải qua trước đây đã củng cố lẽ thật thường bị lãng quên: cầu nguyện là điều quan trọng và cần thiết cho đời sống tâm linh. Cầu nguyện giống như thở.

Bí quyết để mục vụ hiệu quả

Tôi đã quản nhiệm hai hội thánh trong mười năm qua và đã tham gia vào các mạng lưới, tổ chức, hội thảo và các nhóm Cơ Đốc khác. Tôi đã ngồi với những lãnh đạo biết nhìn xa trông rộng, là những người mà hội thánh của họ đầy những hệ thống tổ chức quy mô. Tôi cũng đã ngồi với những lãnh đạo không có khải tượng gì, còn hệ thống tổ chức của hội thánh họ thì kém cỏi. Tôi từng phục vụ với cả những con người tài năng lẫn những con người có năng lực trung bình và những người có rất ít khả năng. Tôi đã cộng tác với những hội thánh có sức thu hút, những hội thánh thích truyền giáo, những siêu hội thánh, hội thánh trung bình và hội thánh yếu. Qua những trải nghiệm đó, tôi học được rằng những khác biệt này không phải là điều quan trọng nhất; chúng là những việc thứ yếu và không quan trọng. Nếu tôi phải chia hội thánh làm hai loại, thì tôi sẽ không chia theo những khác biệt này. Tôi học cách nhận diện hội thánh có cầu nguyện và hội thánh không cầu nguyện. Như tôi sẽ giải thích sau, hội thánh cam kết cầu nguyện là một trong những yếu tố quan trọng nhất quyết định hiệu quả trong mục vụ.

Cầu nguyện là ô-xy đối với người Cơ Đốc. Cầu nguyện duy trì sự sống chúng ta. Vì vậy, cầu nguyện phải là nguồn sự sống đối với bất kỳ cộng đồng Cơ Đốc nào. Đối với cá nhân, cầu nguyện là hơi thở thì đối với hội thánh cũng vậy. Nhưng nhiều cuộc hội họp của chúng ta có thể được ví như người ta đến với nhau chỉ để cùng nín thở. Điều này giải thích vì sao người ta dường như có ít năng lực để thật sự sống nếp sống Cơ Đốc.

Nhưng cùng nhau thở là điều hội thánh chúng ta cần. Cầu nguyện giúp chúng ta hạ mình hoàn toàn. Khi cầu nguyện, chúng ta được nhắc nhở rằng cầu nguyện không giống như những kỷ luật khác trên đời, đòi hỏi phải có năng khiếu ấn tượng và tập luyện ngày càng nhiều để có kết quả mỹ mãn. Ví dụ, nếu ai đó hy vọng được phần thưởng hay được bù đắp cho việc chơi nhạc cụ thì người đó trước tiên phải đạt đến mức thành thạo sau nhiều năm luyện tập. Kết quả mỹ mãn có được từ tiến trình luyện tập lâu dài và mệt mỏi. Không có chuyện trích thưởng trước cho những người mới chập chững bước vào.

Cầu nguyện thì không như thế, vì kết quả mỹ mãn không phải là kết quả trực tiếp từ quá trình tập luyện miệt mài và sự thông thạo. Kết quả tuyệt vời đến từ Đấng cai trị nhân từ, Đấng ban thưởng vĩ đại của chúng ta và là Phần thưởng của những người kêu cầu Ngài.

Nhiều "thành tựu" lớn lao của sự cầu nguyện lại đến từ những người rõ ràng chưa có kinh nghiệm cầu nguyện. Áp-ra-ham gặp gỡ Đức Chúa Trời và Ngài nhậm lời ông cầu xin tha chết cho thành nơi cháu ông sinh sống (Sáng 18:22–23). Môi-se gặp Đức Chúa Trời tại bụi gai cháy và chẳng bao lâu sau ông cầu thay cho Y-sơ-ra-ên (Xuất 32:31–34). Trong bốn mươi ngày sau khi Chúa Giê-xu sống lại và thăng thiên, các môn đồ bắt đầu cầu nguyện khác đi. Họ không cầu xin cho sự an toàn của bản thân, mà cầu nguyện cho sự trung thành và can đảm vì Phúc âm (Mác 8:31–34; Công 4:23–31; 5:40–41). Đức Chúa Trời ban thưởng cho sự cầu nguyện của những người chưa kinh nghiệm, khuyến khích con dân Chúa không ngừng cầu nguyện.

Nếu cầu nguyện giống như thở, thì đó không liên quan đến sự thành thạo. Đó là trải nghiệm quyền năng của Đấng chúng ta cầu nguyện với. Đó là những mong đợi lớn phát triển trong chúng ta khi chúng ta có một kinh nghiệm chân thật về một Đức Chúa Trời lắng nghe và đáp lời chúng ta. Chúng ta không cần những chuyên gia và đó là sự khích lệ mạnh mẽ cho các hội thánh có nhiều thuộc viên, thậm chí cả mục sư cảm thấy mình chỉ là những người tập sự. Tôi đã kinh nghiệm vẻ đẹp của những lời cầu nguyện yếu ớt làm vui lòng một Cứu Chúa luôn sẵn lòng lắng nghe. Hội thánh chúng tôi cũng kinh nghiệm. Điều đó rất giống việc hít hơi thở đầu tiên sau khi bị nghẹt thở. Trải nghiệm khiến bạn háo hức muốn hít tiếp hơi thở thứ hai, rồi thứ ba, thứ tư.

Về quyển sách này

Quyển sách này không nói nhiều về sự cầu nguyện trong đời sống cá nhân tín hữu. Có nhiều quyển sách viết đầy đủ hơn và hay hơn về đề tài này. Quyển sách này nói về sự cầu nguyện trong đời sống của hội thánh và khi nói đến cầu nguyện chung, thì hội thánh chúng ta cần gì hơn lời khích lệ phải không?

Là người góp phần hướng dẫn nhiều hội thánh lớn nhỏ khác nhau, ngân quỹ khác nhau và thuộc những khu vực khác nhau, tôi có mối liên hệ rộng với nhiều Cơ Đốc nhân và mục sư. Từ kinh nghiệm đa dạng của mình, tôi tin chắc rằng cầu nguyện là chìa khóa quan trọng nhất giúp chức vụ thành công. Cầu nguyện cần thiết như hơi thở vậy. Cầu nguyện không phải để thay thế công việc, nhưng để có thể làm việc. Nếu chúng ta muốn nhìn thấy hội thánh ngày càng trung thành với Chúa hơn, thì hội thánh phải cầu nguyện như thể cuộc sống của họ lệ thuộc vào sự cầu nguyện. Chúng ta phải học cách cùng nhau thở.

Tôi xin Chúa đừng để cuốn sách này nằm mãi trên kệ. Có những tác phẩm kinh điển Cơ Đốc tuyệt vời mãi mãi thích hợp cho đến khi Đấng Christ trở lại. Nhưng tôi cầu xin Chúa cho quyển sách như thế này sớm và mau chóng không có chỗ tiêu thụ, như tôi mong đợi quyển *How to Breathe with Your Family at Dinner* không có khách mua vậy.

Cầu xin Chúa cho cuốn sách này một ngày kia sẽ được dùng để gây dựng nhiều hơn khi sức lực chúng ta không còn, chứ không phải để thuyết phục, hầu năng lượng của chúng ta hướng tới sự cầu nguyện chung ngay từ đầu. Nguyện lời kêu cầu thường xuyên, hết lòng của cả tập thể với Cha trở thành việc bình thường và được mong đợi, để khi ai đó thật sự muốn viết về nó sẽ là điều nực cười. Tôi hy vọng việc này sẽ sớm thành hiện thực. Nhưng đó là chuyện tương lai. Còn bây giờ, hãy cùng nhau bắt đầu hành trình này và xin Chúa ban phước cho chúng ta.

— 2 —

Lớp Học Cầu Nguyện
Dạy Chúng Con Cầu Nguyện

Cần thiết ≠ Tự nhiên

Năm 2017, tôi và vợ nhận được cú điện thoại làm thay đổi cuộc đời chúng tôi. Chúng tôi đã làm mọi cách để có con trong suốt mười năm ròng. Chúng tôi cố gắng tìm cách xin con nuôi suốt năm năm. Cú điện thoại đến vào ngày thứ Bảy, thì thứ Hai chúng tôi được nhận một bé gái làm con nuôi.

Tin vui là cuối cùng chúng tôi cũng có được điều mình đã cầu nguyện bấy lâu. Tin buồn đó là bé sinh non hai tháng nên không thể tự thở được. Chúng tôi không thể đem bé về nhà. Bé phải ở lại bệnh viện vài tuần, được nối máy thở để học cách thở.

Một chuyện rất cần thiết để duy trì sự sống là thở đã không đến với bé cách tự nhiên. Với chúng ta và với sự cầu nguyện cũng vậy. Câu nói "Cơ Đốc nhân không cầu nguyện chẳng khác nào sống mà không thở" vẫn còn đúng. Nhưng chỉ vì điều gì đó cần thiết cho cuộc sống không có nghĩa là chúng ta sẽ có nó một cách tự nhiên. Điều này đúng đối với việc thở của con gái chúng tôi và cũng đúng đối với việc thở thuộc linh của chúng ta nữa.

Hãy nhớ lại những ví dụ trong Kinh thánh nói về những người cần sự cầu nguyện, nhưng họ lại dễ dàng né tránh cầu nguyện. A-đam và Ê-va? Sau khi không vâng lời Chúa và được tha chết, Đức Chúa Trời nhân từ của chúng ta đã đến và chủ động trò chuyện với họ. Lúc này, họ có thể thừa nhận yếu đuối và xin Chúa giúp đỡ.

Nhưng họ đã không làm vậy. Thay vào đó, họ tìm cách chuyển sự đoán phạt của Chúa sang người "xứng đáng" phải nhận hơn.

Ca-in đã nói chuyện mặt đối mặt với Đức Chúa Trời sau khi bị bắt quả tang, nhưng ông cũng không thừa nhận yếu đuối của mình, cũng không nài xin sự thương xót. Trong Thi Thiên 32, Đa-vít thừa nhận che giấu tội lỗi thay vì cầu nguyện xưng nhận là phản ứng tự nhiên nhưng tiêu cực. Các môn đồ trong Mác 14 nhận ra rằng khi sấp mình xuống để ngủ thì dễ hơn là sấp mình xuống để cầu nguyện. Những ai cần cầu nguyện nhất cũng đều thấy đây là việc không tự nhiên mà đến.

Dạy chúng tôi cầu nguyện

Một trong những đoạn đối thoại mỉa mai nhất trong Kinh thánh là khi các môn đồ xin Chúa dạy cầu nguyện (Lu 11:1). Điều mỉa mai không phải là việc họ xin Chúa dạy họ điều gì đó. Chúa Giê-xu là Đức Chúa Trời. Ngài khôn ngoan và họ luôn gọi Ngài là Ra-bi, là Thầy. Lời yêu cầu của họ đáng chú ý vì đây là ký thuật duy nhất trong Kinh thánh nói đến việc các môn đồ xin Chúa dạy họ.

Khi nói đến những việc làm và phép lạ phi thường của Chúa Giê-xu, các môn đồ kinh ngạc về cách Ngài làm cho sóng gió yên lặng. Họ lấy làm kinh sợ khi Chúa Giê-xu chữa lành người mù, đuổi quỷ và khiến người què đi được. Phi-e-rơ không hỏi sao Chúa Giê-xu đi được trên mặt nước. Ông đưa ra yêu cầu rồi cứ thế bước ra.

Khi Chúa Giê-xu sai phái bảy mươi hai người trong Lu-ca 10, Ngài không đưa ra chỉ dẫn chi tiết về cách xử lý bệnh phung hay cách đuổi quỷ. Ngài ra lệnh: hãy chữa lành người bệnh và rao ra nước thiên đàng. Không một môn đồ nào nói "Nhưng Chúa ơi, lúc Ngài tập dượt phải dùng bao nhiêu nước bọt để chữa lành người mù thì con đang ngủ, hay phải làm sao khi gặp người bị mù bẩm sinh và bị mù không do bẩm sinh." Họ nhận mạng lệnh của Chúa cách dễ dàng rồi ra đi. Họ trở về vui mừng vì làm được những điều Chúa bảo.

Ngay cả khi bất lực, chẳng hạn như khi họ không đuổi được quỷ trong Mác 9, các môn đồ cũng không nói với Chúa Giê-xu "Xin chỉ chúng tôi đuổi quỷ". Thay vào đó, họ hỏi "Tại sao chúng tôi không đuổi quỷ được?" Họ đi tìm lời chẩn đoán xem đã sai chỗ nào, chứ không tìm chỉ định làm thế nào cho đúng.

Nhưng khi nói đến sự cầu nguyện, các môn đồ nói với Chúa Giê-xu "Xin dạy chúng tôi cầu nguyện" (Lu 11:1). Thực tế là họ nói "Chúng tôi cần học. Chúng tôi biết cách nói chuyện với bạn bè. Chúng tôi còn biết cách nói chuyện với thầy khi thầy ở đây. Nhưng cầu nguyện dường như là một chuyện khác mà chúng tôi không biết phải làm sao".

Chúa Giê-xu trả lời bằng cách đưa ra những chỉ dẫn, những chỉ dẫn ấy tổng hợp cách Kinh thánh nói về sự cầu nguyện (xem Mat 6:9–13; Lu 11:2–4). Chúa Giê-xu biết cách để kiểm soát mọi việc. Ngài lấy 613 luật lệ của Cựu Ước rồi tóm gọn trong vài từ đơn giản: kính Chúa, yêu người. Ngài cũng làm như vậy với lời Kinh thánh dạy về sự cầu nguyện. Chỉ trong một vài khổ thơ, Ngài đưa ra nền tảng cho mọi lời cầu nguyện của chúng ta.

Đặt nền: Cầu nguyện là gì?

Chúng ta sẽ đến với những khổ thơ này trong hai chương tiếp theo. Còn bây giờ, chúng ta chỉ cần hỏi: Cầu nguyện là gì? Người ta nói rằng "định nghĩa phải luôn là khởi điểm để... hai người bước vào cuộc thảo luận ý nghĩa".[1] Chúng ta biết rằng cầu nguyện là điều cần thiết; chúng ta biết cầu nguyện không đến với chúng ta cách tự nhiên. Giống như các môn đồ, chúng ta cần được dạy cầu nguyện. Nhưng chẳng ích lợi gì khi nói về sự cầu nguyện và sự cầu nguyện khuôn đúc hội thánh ra sao nếu trước tiên chúng ta không đồng ý với nhau cầu nguyện là gì.

---

[1] James R. Estep Jr., Michael J. Anthony, and Gregg R. Allison, *A Theology for Christian Education* (Nashville: B&H, 2008), 6.

Có thể bạn cho rằng: "Việc này có vẻ phí thời gian. Mọi người ai cũng biết cầu nguyện là gì. Bạn không cần phải là Cơ Đốc nhân mới biết cầu nguyện là gì." Đừng hấp tấp. Đôi khi những từ ngữ thông dụng nhất lại là từ khó định nghĩa nhất.

Bạn có thường sử dụng từ *vì vậy* không? Không ai ngắt lời bạn giữa chừng để yêu cầu bạn giải thích rõ chữ *vì vậy* mà bạn dùng. Có vẻ như đây là từ không cần phải định nghĩa. Nhưng cứ thử định nghĩa đi (không dùng từ điển hay Google nhé).

Bạn hiểu ý tôi muốn nói không? Sử dụng từ ngữ thì dễ nhưng định nghĩa thì khó. Đôi khi, những từ phổ biến nhất lại dễ gây nhầm lẫn nhất và *cầu nguyện* cũng không miễn trừ.

Có rất nhiều định nghĩa về sự cầu nguyện. Dưới đây là một vài định nghĩa:

Cầu nguyện là nói chuyện với Đức Chúa Trời. Nói chuyện với Chúa như bạn nói chuyện với người bạn thân nhất. Bạn không cần phải học cách nói chuyện với Chúa. Cứ nói thôi.

Cầu nguyện là yêu cầu Chúa điều gì đó. Cầu nguyện là ra lệnh và đòi hỏi Chúa phải làm điều chúng ta muốn Ngài làm. Cầu nguyện là vật lộn với Ngài cho đến khi Ngài ban cho điều chúng ta muốn. Đức Chúa Trời "làm eo" để xem mức độ chúng ta ao ước điều mình cầu xin như thế nào. Chúng ta phải đòi điều chúng ta muốn Ngài ban cho. Chúng ta thích cái gì thì công bố cái đó và xem như Chúa đã nhận lời cầu nguyện của chúng ta rồi.

Cầu nguyện là hướng ước muốn của mình theo ý muốn Chúa. Cầu nguyện không phải là để nhận được gì từ Chúa hay khiến Ngài hành động. Ngài biết điều bạn cần và đã quyết định có ban cho bạn điều đó hay không rồi. Cầu nguyện thật sự là để hướng ước muốn của bạn theo ý muốn Ngài. Cầu nguyện là vì mình hơn là vì Chúa.

Cầu nguyện là ao ước và suy nghĩ theo sự chỉ dẫn của Chúa. Cầu nguyện chỉ là những lời nguyện ước tốt lành khi bạn nghe tin về một thảm kịch, là ước ao khi bạn nghe nói ai đó đang hy vọng một kết quả tốt lành.

Cầu nguyện là sự kết hợp tất cả những ý trên.

Vậy thì ai đúng? Chúng ta không thể miễn cưỡng chấp nhận một định nghĩa nào. Chúng ta cần một định nghĩa đúng. Vì sao? Vì hiểu sai sẽ dẫn đến áp dụng sai.

Bạn có nghe câu chuyện về một anh chàng mua tặng mẹ mình một con vẹt đắt tiền vào Ngày Của Mẹ chưa? Anh ta đã trả 10.000 đô la để mua con vẹt có thể nói bốn mươi thứ tiếng và hát một vài bài thánh ca. Anh ta gửi tặng con vẹt cho mẹ. Vài ngày sau anh ta vẫn không nghe phản hồi gì từ mẹ. Sợ mẹ không thích con vẹt, anh gọi điện cho mẹ hỏi "Mẹ có thích con vẹt đó không?" thì mẹ anh trả lời "Ồ, nó tuyệt lắm!" Anh hỏi với giọng đầy tự hào "Cái mẹ thích nhất là gì?" Bà trả lời "Cặp đùi. Chúng rất là ngon". Hiểu sai, làm sai.

Cầu nguyện không phải là?

Thời gian không cho phép chúng ta nói đến từng định nghĩa, nhưng hãy bàn ngắn gọn về vài định nghĩa phổ biến về sự cầu nguyện.

Xuất Ê-díp-tô Ký 33:11 cho chúng ta biết Môi-se đã nói chuyện với Đức Chúa Trời mặt đối mặt, như nói chuyện với một người bạn. Tôi nghĩ người ta hoàn toàn có thể xây dựng ý niệm thần học sai lạc về sự cầu nguyện dựa trên việc áp dụng sai câu Kinh thánh này. Mặc dù một phần của sự cầu nguyện là nói chuyện với Đức Chúa Trời như nói với một người bạn, nhưng bản thân định nghĩa này đã là một kiểu đơn giản hóa quá mức.

Chúa Giê-xu là Đức Chúa Trời trong xác thịt. Vì vậy, mỗi lần các môn đồ trò chuyện với Chúa Giê-xu là họ đang nói chuyện với Đức Chúa Trời, hệt như họ nói với bất kỳ ai. Nếu cầu nguyện chỉ có nghĩa là nói chuyện với Đức Chúa Trời, mà Chúa Giê-xu là Đức Chúa Trời, thì phải chăng chúng ta có thể xem mọi cuộc trò chuyện của một ai đó với Chúa Giê-xu đều là lời cầu nguyện? Tôi không nghĩ Chúa Giê-xu nhìn vấn đề như vậy.

Khi Phi-líp xin Chúa Giê-xu chỉ Cha cho họ, Ngài trả lời "Ai đã thấy Ta tức là đã thấy Cha" (Giăng 14:9). Dường như Chúa Giê-xu muốn nói "Đừng nhìn chi cho xa. Nếu các con thấy Ta, tức là các con đã thấy Cha" (xem Hê 1:3). Thế nhưng, khi các môn đồ bảo Chúa Giê-xu dạy họ cầu nguyện, Ngài không trả lời theo cách đó. Ngài không nói "Nếu các con nói chuyện với Ta, tức là các con nói chuyện với Cha". Thay vào đó, Ngài chỉ dẫn họ. Ngài cho họ một khuôn mẫu về cách nói chuyện với một người không phải là người đang đứng trước mặt họ: "Lạy Cha chúng tôi" (Mat 6:9–15; xem thêm Lu 11:1–4).

Mặc dù cầu nguyện không phải chỉ là cuộc trò chuyện bình thường với Đấng Sáng Tạo, nhưng nó cũng không hề có nghĩa là bẻ cánh tay của Chúa để có được điều chúng ta muốn. Đức Chúa Trời toàn năng. Chúng ta không thể xoay chuyển cánh tay Ngài. Ngài rất mạnh. Chúng ta không thể thương lượng với Ngài, như đứa con gái sơ sinh của tôi cũng không thể thương lượng gì với tôi cả - nó không có bất kỳ thứ gì tôi cần hay muốn. Chúng ta không thể đòi hỏi điều gì từ Chúa vì ép buộc Đấng không có bất kỳ nhu cầu nào là điều không thể.

Bạn có hiểu ý tôi khi nói khó định nghĩa cầu nguyện là gì chưa?

Kêu cầu danh Chúa

Tôi mãi mãi biết ơn Gary Millar về quyển sách *Calling on the Name of the Lord: A Bilbical Theology of Prayer.* Quyển sách của ông là câu trả lời cho câu hỏi: Cầu nguyện chính xác là gì? Ông đi tìm sợi chỉ chung dệt nên từng trường hợp cầu nguyện từ Sáng Thế Ký đến Khải Huyền để tạo thành định nghĩa về sự cầu nguyện theo Kinh thánh, cụ thể nhưng đầy đủ. Đây là điều ông kết luận: cầu nguyện là "kêu cầu Chúa cứu giúp dựa trên lời hứa của Ngài".[2]

Trường hợp đầu tiên về sự cầu nguyện được ghi lại trong Kinh thánh là ở Sáng Thế Ký đoạn 4, bên ngoài vườn Ê-đen: "A-đam lại ăn ở với vợ, bà sinh được một trai, đặt tên là Sết, vì bà nói 'Đức Chúa

---

[2]Gary Millar, *Calling on the Name of the Lord: A Biblical Theology of Prayer*, New Studies in Biblical Theology (Downers Grove, IL: InterVarsity Press, 2016), 27.

Trời đã cho tôi một đứa con khác thay cho A-bên đã bị Ca-in giết.' Sết cũng sinh được một con trai, đặt tên là Ê-nót. Từ đó người ta bắt đầu cầu khẩn danh Đức Giê-hô-va" (Sáng 4:25–26).

Kêu cầu danh Chúa không chỉ là hô to danh Ngài. Xuyên suốt Kinh thánh, danh Đức Giê-hô-va đồng nghĩa với bản tính của Ngài. Kêu cầu danh Ngài là kêu cầu bản tính của Ngài. Đó là tiếng kêu cứu giúp, giống như khi có người la lên "Hãy gọi 911!" Chúng ta không hỏi "Sau khi tôi gọi 911, bạn nghĩ bản chất của cuộc nói chuyện phải là gì?" Gọi 911 là yêu cầu giúp đỡ dựa trên điều chúng ta biết về 911 – đó là đường dây khẩn cấp. Điều này cũng đúng khi kêu cầu danh Chúa.

Millar gọi Sáng Thế Ký 4:26 là câu "chịu lực" hay câu đóng vai trò làm khung đỡ.[3] Những bức tường không chịu lực được có thể bị phá đổ mà không làm ảnh hưởng đến cấu trúc của căn nhà. Ngược lại, bức tường chịu lực không thể bị phá đổ nếu không làm cho ngôi nhà đổ sụp. Câu 26 chứa đựng loại lực này khi bàn đến ý nghĩa sự cầu nguyện. Nó giúp chúng ta dựng lên chiếc khung để hiểu về sự cầu nguyện, vì đây là lần đầu tiên trong Kinh thánh chúng ta thấy con người kêu cầu danh Chúa.

Đây là bối cảnh của câu Kinh thánh đóng vai trò làm khung đỡ đó. Trong Sáng Thế Ký đoạn 1 và 2, Đức Chúa Trời tạo dựng một thế giới trọn vẹn, rồi Ngài đem A-đam và Ê-va vào trong đó để có mối liên hệ với Ngài và phản chiếu vinh quang Ngài trong cả cõi tạo vật. Trong Sáng Thế Ký đoạn 3, A-đam và Ê-va bị con rắn lừa dối, họ quyết định thế chỗ Chúa thay vì phản chiếu Ngài. Khi Đức Chúa Trời đối chất với họ về tội của họ, A-đam đổ thừa cho Ê-va, còn Ê-va đổ thừa cho con rắn.

Rồi Đức Chúa Trời bắt đầu phán. Ngài nói gì? Trong Sáng Thế Ký 3:15 (một câu Kinh thánh đóng vai trò chịu lực khác), Ngài có một lời hứa. Một ngày kia, dòng dõi của người nữ sẽ giày đạp con rắn. Người nữ sẽ sinh con và đứa con này sẽ đánh bại kẻ lừa dối. Mặc dù A-đam và Ê-va phạm tội, nhưng Đức Chúa Trời đã nhân từ bảo

---

[3]Millar, *Calling*, 26.

toàn mạng sống họ và hứa một ngày kia qua Con Ngài, Ngài sẽ sửa lại mọi thứ cho đúng đắn.

Vì vậy, Sáng Thế Ký đoạn 4 tràn đầy hy vọng ngay từ đầu. A-đam và Ê-va sinh con trai và họ tin rằng con đầu lòng là sự hoàn thành lời hứa của Đức Chúa Trời. Họ đặt tên cho con là Ca-in, nghĩa là "có được". Họ cho rằng đứa con này là dòng dõi giao ước được xác chứng ở Sáng Thế Ký 3:15. Nhưng sau khi Ca-in trở về từ buổi cắm trại đầu tiên của hội thánh với huyết của em mình trên tay, thì ông bị Đức Chúa Trời trục xuất và rõ ràng đối với mọi người ông không phải là dòng dõi được hứa mà Đức Chúa Trời đang nói đến.

Phần còn lại của Sáng Thế Ký đoạn 4 là gia phả của dòng dõi Ca-in, kết thúc với người bà con xa tên là Lê-méc. Tội giết người thường xuyên tái diễn trong gia đình Ca-in và bây giờ Lê-méc khoe khoang ông hơn hẳn cha ông mình như thế nào. Đó là lý do xuất hiện câu 25 và 26.

A-đam và Ê-va có một người con khác là Sết, một người hoàn toàn trái ngược. Những con người này muốn Đức Chúa Trời thực hiện lời hứa của Ngài, cho dù ngày đó không phải là hôm nay. Khi người ta bắt đầu kêu cầu danh Chúa, thì họ "kêu cầu Chúa cứu giúp dựa trên lời hứa của Ngài" về một con trai sẽ đảo ngược lời rủa sả và đánh bại con rắn.[4]

John Calvin khẳng định: "Trong Kinh thánh, cầu nguyện được liên kết mật thiết với Phúc âm – giải pháp mà Chúa hứa và Chúa cung cấp cho nan đề sự nổi loạn chống nghịch Chúa của con người cùng những hậu quả của nó. Sự cầu nguyện mang dáng dấp của Phúc âm hiển hiện từ những trang đầu tiên của Kinh thánh - đặc biệt ở Sáng Thế Ký 4:26, khi con người lần đầu tiên 'kêu cầu danh Gia-vê'- cho đến trang cuối cùng, khi hội thánh cầu nguyện 'Lạy Chúa Giê-xu, xin hãy đến!' (xem Khải 22:20)".[5] Trên một phương diện, cầu nguyện là nói: "Chúng con tới nơi chưa, thưa Chúa? Xin hãy làm thành những

---

[4]Millar, *Calling*, 27.
[5]John Calvin in Millar, *Calling*, 15–16.

điều Ngài hứa." Trong Kinh thánh, cầu nguyện được nối kết với hy vọng về sự cứu chuộc và do đó, với Phúc âm.

Cầu nguyện: Toa thuốc của Chúa cho cuộc sống trong thế giới sa ngã

Hãy xem sự cầu nguyện là toa thuốc của Chúa cho cuộc sống trong thế giới sa ngã. Toa thuốc này cũng có tác dụng như những toa thuốc khác. Hãy tưởng tượng bạn được kê toa để chữa căn bệnh đang làm bạn khó chịu. Bạn có thể ra khỏi phòng khám chỉ với tờ giấy, nhưng có điều gì đó thay đổi. Điều gì khiến bạn mỉm cười ngay cả khi căn bệnh hiện tại có trầm trọng và hoàn cảnh chưa thay đổi? Chỉ hai từ thôi: *hy vọng*. Toa thuốc không phải là thuốc. Toa thuốc chỉ kết nối bạn với thuốc. Bệnh tình có thể vẫn làm bạn khó chịu, nhưng toa thuốc nhắc bạn rằng căn bệnh đó chỉ là tạm thời vì bạn đã tìm thấy một giải pháp.

Giống như toa thuốc, cầu nguyện làm dịu nỗi lo lắng của chúng ta trước khi thay đổi hoàn cảnh của chúng ta. Hãy xem Thi Thiên 13. Chúng ta không biết hoàn cảnh chính xác khiến Đa-vít đặt bút viết thi thiên này, nhưng ai đọc cũng đều có những trải nghiệm tương tự.

Thi Thiên 13 bắt đầu với nỗi phiền muộn của Đa-vít: "Đức Giê-hô-va ôi! Ngài mãi quên con cho đến chừng nào? Ngài ẩn mặt với con cho đến bao giờ?" (câu 1). Nhưng đến cuối bài, Đa-vít vui mừng vì được giải cứu: "Con sẽ hát cho Đức Giê-hô-va, vì Ngài đã làm ơn cho con" (câu 6). Thi thiên này chỉ có sáu câu. Làm sao Đa-vít đang phiền muộn lại được giải cứu nhanh như vậy? Không phải do hoàn cảnh thay đổi, mà do ông giao phó lo lắng mình cho Đức Chúa Trời, cầu xin Chúa làm điều Ngài hứa sẽ làm và tin tưởng rằng sẽ làm điều đó.

Đa-vít học biết rằng cầu nguyện liên hệ nhiều đến câu hỏi "Ngài sẽ giải cứu con chứ? Ngài sẽ không giải cứu con sao?" hơn là "Khi nào thì Ngài sẽ cứu?" Mặc dù ông mở đầu với nỗi lo lắng về thời điểm của Chúa, nhưng đến cuối thi thiên, ông vui mừng trong Chúa là Đấng yêu ông và sẽ giải cứu ông. Bản tính và những lời hứa của Chúa bảo toàn niềm vui của Đa-vít, cho dù hoàn cảnh của ông chưa thay đổi. Giống như toa thuốc, lời cầu nguyện đem đến niềm hy vọng mà Đa-vít cần để tiếp tục tồn tại: Đức Chúa Trời ban lời hứa và Ngài luôn giữ lời hứa.

Sự khích lệ của Chúa Giê-xu

Không có gì hạ mình hơn là nhờ ai đó dạy bạn làm việc gì. Cảm tạ Chúa, Chúa Giê-xu không bỏ thời gian để đánh các môn đệ của mình một trận; thay vào đó, Ngài gây dựng họ, nhấn mạnh nhiều lời khích lệ về sự cầu nguyện. Qua những ngụ ngôn và chuyện kể, Chúa Giê-xu làm nổi bật điều chúng ta đánh mất khi không cầu nguyện.

Khi dạy về sự cầu nguyện, Chúa Giê-xu đã ân cần nhắc chúng ta nhớ rằng Đức Chúa Trời nhìn thấy chúng ta - không phải theo cách máy quay phim nhìn thấy một người đang phạm tội, mà theo cách một ông chủ giấu mặt thưởng cho nhân viên làm điều đúng. Kết hợp lẽ thật này với lời nhắc của Chúa Giê-xu rằng lời cầu nguyện được đo lường bởi sức mạnh chứ không phải bởi độ dài, thì mọi bất an của chúng ta sẽ tan biến. Những chỉ dẫn của Chúa khiến chúng ta không có lý do gì để biện hộ cho việc không cầu nguyện và khích lệ chúng ta cầu nguyện dưới ánh sáng của hy vọng.

Sự cầu nguyện mang dáng dấp hội thánh

Mọi Cơ Đốc nhân đều có chung niềm hy vọng này. Đó là niềm hy vọng chi phối đời sống chúng ta (xem 1 Ti 4:10; Tít 1:1–2; 2:11–14; 3:4–7). Điều này có nghĩa là niềm hy vọng cho Cơ Đốc nhân là *của chúng ta*, không phải chỉ là của tôi mà thôi. Như Mark Dever có nói "Không thể trả lời câu hỏi *Cơ Đốc nhân là gì?* mà không nói đến hội thánh, ít ra là theo Kinh thánh".[6] Nếu cầu nguyện gắn liền với niềm hy vọng mà chúng ta có trong Đấng Christ, thì cầu nguyện cũng phải phản chiếu sự gắn kết của chúng ta trong Đấng Christ. Nếu cầu nguyện mang dáng hình của Phúc âm, thì nó ắt phải được ngầm hiểu là mang dáng hình của hội thánh.

Trong quyển sách này, chúng ta sẽ không xem xét từng trường hợp cầu nguyện trong Kinh thánh. Chúng ta sẽ dành phần lớn thời gian để xem xét hai trường hợp. Điều đó không có nghĩa là những ví dụ khác không quan trọng. Nó chỉ giúp chúng ta hiểu cầu nguyện là như thế nào theo khuôn mẫu và trong thực tế. Và chúng ta có gương mẫu cầu nguyện nào tốt hơn gương mẫu mà Cứu Chúa Giê-xu đưa ra không? Lời giáo huấn và tấm gương của Ngài giúp chúng ta tạo nên chiếc khung để hiểu rõ hơn sự cầu nguyện cùng những hàm ý mang tính tập thể của nó.

---

[6]Mark Dever, *What Is a Healthy Church?* (Wheaton, IL: Crossway, 2007), 26.

3

Thế Giới Là Của Bạn
Một Gia Đình Được Hướng Dẫn

Đây là vấn đề của chúng ta: không cầu nguyện là tự sát thuộc linh. Vậy nên, tôi đề nghị chúng ta phải cầu nguyện nhiều hơn. Tôi biết đây không phải ngành khoa học tên lửa. Nhưng trước khi chúng ta cầu nguyện nhiều hơn, chúng ta phải biết mình muốn nói gì khi dùng chữ *cầu nguyện*. Chúng ta học một định nghĩa về sự cầu nguyện theo Kinh thánh bằng cách nào? Chúa Giê-xu ân cần dạy chúng ta.

Hai chương tiếp theo này sẽ bàn đến hai phần trong khuôn mẫu của Chúa Giê-xu về sự cầu nguyện của người Cơ Đốc. Đây sẽ là nền tảng giúp chúng ta hiểu cầu nguyện cùng người khác là điều cần thiết và nó định hình hội thánh ra sao.

Điều quan trọng hơn tiến trình: Bắt đầu học cách cầu nguyện

Cháu trai Jackson hai tuổi của tôi không biết có bánh ngọt trên đời này cho đến ngày lễ Tạ Ơn đầu tiên trong đời cháu, khi người hàng xóm đem qua một ổ bánh ngọt. Cuộc đời của nó đã thay đổi. Từ một bảng màu trước đây chỉ quen với Similac, trái cây và rau củ hữu cơ, màu sáp, bụi và kết hợp của tất cả những điều trên thì bây giờ việc được tiếp xúc với sự kết hợp của các mùi vị đem lại điều gì đó hoàn toàn khác lạ cho nó. Không lâu sau khi suy luận ra tên gọi của niềm vui thích mới này là *bánh ngọt*, thì cậu bé nhận ra mình có thể vòi xin bánh từ ông chú nhẹ dạ, chỉ cần thốt ra từ ấy theo kiểu ra lệnh

"Bánh! Bánh!" mà thôi. Mỗi lần thằng bé qua chơi, từ đầu tiên thốt ra khỏi miệng nó là "Bánh!" và dĩ nhiên, ông chú nhẹ dạ của nó là tôi sẽ đưa bánh cho nó... cho đến khi vợ tôi nhảy vào.

"Jackson à, nếu con muốn ăn bánh ngọt thì đó không phải là cách con xin bánh. Nếu muốn ăn bánh, con phải nói "bánh ạ." Từ đó trở đi, chúng tôi bắt đầu dạy thằng bé theo kiểu vấn đáp. Hễ khi nào nó đòi "Bánh!", chúng tôi lại trả lời: "Jackson, nếu muốn ăn bánh con phải xin như thế nào?" thì thằng bé đáp lại ngay lập tức "Bánh ạ!". Chúng tôi dạy Jackson cách đúng đắn để có được điều cháu muốn. Chúng tôi không nghi ngờ gì về điều cháu muốn có.

Chúa Giê-xu tiếp cận sự cầu nguyện theo một cách khác. Ngài không sửa sai tiến trình như vợ tôi và tôi đã làm. Ngài xử lý vấn đề về thứ tự ưu tiên. J. C. Ryle khẳng định "Hãy cho tôi biết lời cầu nguyện của một người, thì tôi sẽ cho bạn biết tình trạng thuộc linh của người ấy".[1] Khi Chúa Giê-xu dạy chúng ta cầu nguyện, Ngài không bắt đầu bằng việc dạy chúng ta cách cầu xin. Thay vào đó, Ngài dạy chúng ta điều phải xin. Ngài cho chúng ta biết điều quan trọng trước khi chỉ cho chúng ta tiến trình. Vì vậy, đây là điểm chúng ta sẽ bắt đầu.

Lạy Cha chúng con: Cầu nguyện bắt đầu với việc trân trọng các mối quan hệ

Bốn từ đầu tiên trong Bài Cầu Nguyện Chung – "Lạy Cha chúng con" – vừa quan trọng vừa quen thuộc (Mat 6:9). Nhưng đừng để sự quen thuộc khiến bạn không nhìn thấy tầm quan trọng của chúng. Lời cầu nguyện bắt đầu với việc trân trọng không chỉ một mối quan hệ, mà là *các mối quan hệ*. Chúng ta quen với nếp nghĩ cầu nguyện là chuyện liên hệ cá nhân và riêng tư với Đức Chúa Trời, nhưng cầu nguyện không chỉ có thế.

---

[1] J. C. Ryle, *A Call to Prayer: With Study Guide* (Pensacola, FL: Chapel Library, 1998), 35, Kindle.

Mặc dù cầu nguyện riêng có thể là cách hay để chống lại cám dỗ gây ấn tượng với người khác bằng lời cầu nguyện của bản thân (Mat 6:5), nhưng lúc nào cũng chỉ cầu nguyện một mình có thể là một sự điều chỉnh quá mức. Từ việc cho năm ngàn người ăn (Giăng 6:10–11) cho đến việc kêu La-xa-rơ sống lại (Giăng 11:41–44), cho đến khi vào vườn Ghết-sê-ma-nê (Mat 26:36), Chúa Giê-xu đều kéo người khác cùng cầu nguyện với Ngài. Dĩ nhiên, chúng ta không nên tìm cách gây ấn tượng với người khác bằng sự cầu nguyện của mình, nhưng chúng ta cũng phải luôn kéo người khác cùng cầu nguyện với chúng ta.

Vì sao? Vì chúng ta là một gia đình. Đức Chúa Trời không chỉ là Cha của tôi, mà là "Cha chúng con". Ba từ này nhắc chúng ta nhớ rằng chúng ta vừa là con của Chúa vừa là anh chị em của nhau. Cầu nguyện không bao giờ chỉ là việc cá nhân vì lợi ích cá nhân, mà là một phương pháp rèn luyện nhắc chúng ta nhớ rằng chúng ta chịu trách nhiệm về nhau. Điều này có nghĩa là mỗi khi cầu nguyện, chúng ta nên tích cực loại bỏ tâm trí cá nhân chủ nghĩa. Chúng ta không chỉ là những cá nhân trong mối liên hệ với Chúa, mà còn là một phần trong cộng đồng của những người đến với Đức Chúa Trời bằng cùng một phương cách. Cầu nguyện là một bài rèn luyện tập thể.

Nếu bạn cho rằng tôi suy diễn quá mức, thì xin lưu ý rằng trong suốt Bài Giảng Trên Núi (Mat 5–7), Chúa Giê-xu có khuynh hướng dùng các đại từ số ít khi nói với đám đông về đạo đức. Những lời giáo huấn của Ngài về sự dâm dục (5:29–30), ngoại tình và ly hôn (5:32–33) và sự báo thù (5:39–42) đều ở số ít. Nhưng khi cũng nói với nhóm người này về sự cầu nguyện, tất cả các đại từ Ngài dùng đều ở số nhiều (6:9–13). Đây không phải là sơ sót về ngữ pháp. Đây là điều Chúa Giê-xu dạy chúng ta.

Chúng ta là một gia đình vì chúng ta có cùng một Cha. Trước khi chúng ta cầu xin điều gì, chúng ta được nhắc nhở rằng Đức Chúa Trời không chỉ là vị Thẩm phán và vị Vua tối cao. Ngài cũng là Cha của chúng ta nữa. Chúa Giê-xu đã chết thế tội cho chúng ta để chúng ta được xưng công bình trước tòa án của Đức Chúa Trời. Nhưng Đức Chúa Trời xưng công chính cho chúng ta để nhận chúng ta vào gia đình của Ngài.² Điều này có nghĩa là khi chúng ta đến với Đức Chúa Trời, chúng ta không cần phải sợ gì cả.

Bạn có thấy điều này thật đáng kinh ngạc không? Cha chúng ta lắng nghe và nghiêng tai về phía chúng ta (Thi 5:1–3). Cha chúng ta bày tỏ lòng thương xót đối với chúng ta bất chấp những khiếm khuyết và yếu đuối của chúng ta (Thi 103:13). Cha chúng ta bao phủ chúng ta bằng tình yêu của Ngài, dù chúng ta xứng đáng phải nhận cơn thịnh nộ (Rô 8:1, 15). Cha chúng ta chăm sóc mọi nhu cầu của chúng ta và ban cho chúng ta những tặng phẩm tốt đẹp (Mat 6:8; 7:11; Gia 1:17). Cha chúng ta thậm chí kỷ luật chúng ta bằng tình yêu thương vì ích lợi của chúng ta (Hê 12:5–11). Thật là một vinh dự khi được gọi Đức Chúa Trời là Cha chúng ta!

J. I. Packer nói thật hay:

> Nếu bạn muốn đánh giá xem ai đó hiểu Cơ Đốc giáo đến mức nào, hãy tìm hiểu xem người đó hiểu thế nào về ý nghĩa của việc được làm con của Chúa và có Chúa là Cha của mình. Nếu đây không phải là điều thúc đẩy và điều khiển sự thờ phượng, sự cầu nguyện và toàn bộ cách nhìn về cuộc sống của người đó, thì có nghĩa là người đó chẳng hiểu gì về Cơ Đốc giáo. Vì mọi điều Đấng Christ đã dạy, mọi điều khiến cho Tân Ước trở nên mới và tốt hơn Cựu Ước, mọi điều mang tính Cơ Đốc riêng biệt trái ngược hoàn toàn với Do Thái giáo, đều được tóm lược trong sự hiểu biết về Đức Chúa Cha. "Cha" là cách Cơ Đốc nhân xưng hô với Đức Chúa Trời.³

Trong suốt cuộc đời mình, tôi thật có phước khi nhìn thấy nhiều người cha vĩ đại. Cha ruột tôi là một anh hùng. Nhưng trong mười

---

²J. I. Packer giải thích chi tiết ý này trong chương ông viết "Sons of God" trong quyển *Knowing God* (1973; repr., Downers Grove, IL: InterVarsity Press, 1993).

³Packer, *Knowing God*, 201.

năm gần đây, tôi được thấy hai người cha hiếm có, cùng là mục sư như tôi. Cả hai đều có con trai bị tự kỷ. Điều thế gian xem là bất toàn hay của nợ đã không lấy đi tình yêu vô bờ của họ dành cho con của họ. Tôi đã quan sát họ yêu thương con mình vô điều kiện. Có những tình huống nhiều ông bố khác sẽ nổi cáu với con mình, nhưng họ thì không.

Đây là phước hạnh khi Đức Chúa Trời là cha chúng ta. Phước hạnh không dành cho những người hoàn hảo hay ưu tú theo bất cứ cách suy nghĩ nào của con người. Không ai trong chúng ta là vận động viên ngôi sao, là doanh nhân thành đạt hay là nghệ sĩ ăn nói lưu loát có duyên mà những người cha khác thèm muốn. Thay vào đó, chúng ta là những đứa con hoang đàng, lãng phí địa vị cao quý Chúa ban cho vào những việc không đem lại sự thỏa mãn. Chúng ta là những đứa con rất cần một người Cha sẵn sàng không ngừng bày tỏ tình yêu vô điều kiện vì chúng luôn luôn không đáp ứng được tất cả các điều kiện. Chỉ một mình Đức Chúa Trời mới có thể trở thành người Cha kiểu này cho chúng ta.

Cũng chính Đức Chúa Trời chuẩn bị cho chúng ta tấm lòng để cầu nguyện ấy lại nghiêng tai lắng nghe chúng ta. Đây là một trong những điều tuyệt vời, khích lệ chúng ta cầu nguyện. Bạn có một người thật sự lắng nghe bạn hoàn toàn. Không có điều bất toàn hay khiếm khuyết nào có thể khiến Ngài tránh xa chúng ta. Lỗ tai của Cha luôn nghiêng về phía chúng ta và Ngài háo hức nghe chúng ta nói ngay bây giờ. Tôi không biết đã bao lâu rồi bạn không cầu nguyện với Ngài, nhưng đây là điều tôi biết chắc: Ngài đang lắng nghe. Và Ngài lắng nghe cẩn thận hơn chúng ta nghĩ.

Đấng ở trên trời: Nhận biết quyền thế của Ngài

Cha chúng con "ở trên trời" (Mat 6:9). Chúng ta không chỉ bắt đầu lời cầu nguyện bằng những điều mờ nhạt ấm áp trong mối liên hệ với Cha và với nhau. Chúng ta bắt đầu với thái độ tự tin, chắc chắn khi cầu xin Đấng cao cả nhất. Khi các trước giả Kinh thánh nói về trời, họ không chỉ nói đến một nơi chốn hay vị trí, mà còn ám chỉ lời tuyên bố đầy sức mạnh. Khi chúng ta nói rằng Barack Obama ở Nhà Trắng, chúng ta không chỉ có ý nói về địa chỉ của ông ấy. Điều chúng ta muốn nói là ông giữ chức vụ cao nhất trong đất nước. Ông ấy có quyền lực. Đây là điều các trước giả Kinh thánh ngụ ý đến khi nói Cha chúng con ở trên trời.

Hãy nghĩ đến Thi Thiên 115:3 "Đức Chúa Trời chúng ta ở trên các tầng trời; Ngài làm bất cứ điều gì vừa ý Ngài". Chắc chắn, khi nhân loại "đe dọa" mạng lệnh của Chúa bằng cách xây tháp cao chọc "trời" (Sáng 11), Đức Chúa Trời phải bước xuống vài bậc thang để nhìn xem đỉnh của những cái gọi là tháp này. Rồi Ngài lấy năng quyền mình mà làm rối loạn tiếng nói của họ, khiến họ tản lạc trên khắp đất. Khi cầu nguyện, chúng ta nắm chặt lấy tính toàn năng của Chúa. Ngài nắm quyền kiểm soát. Ngài không cần ai cho phép cả. Ngài không bị ai ép buộc cả. Không ai có thể ngăn cản kế hoạch của Ngài. Cha chúng ta trên trời có khả năng làm được mọi sự! Kế hoạch của Ngài luôn luôn thành tựu.

Kết hợp lại với nhau: Đức Chúa Trời vừa thương xót vừa quyền năng

"Lạy Cha chúng con ở trên trời" tạo nên nền tảng cho lời cầu nguyện của chúng ta (Mat 6:9). Bảy từ đầu tiên mời gọi chúng ta cầu nguyện vì biết rằng Đức Chúa Trời vừa thương xót vừa đầy năng quyền. Ngài có thể làm bất kỳ việc gì. Vì sự chết hy sinh của Chúa Giê-xu làm cho Cơ Đốc nhân được bước vào gia đình của Ngài, nên chúng ta biết Ngài lắng nghe và đáp ứng đầy thiện chí với điều chúng ta cầu xin. Không có tòa phúc thẩm nào có thể đảo ngược những quyết định của Ngài. Chúng ta có một Đấng quyền năng nhất trong và trên toàn vũ trụ này luôn lắng nghe chúng ta. Ngài thấy tất cả, biết tất cả, điều khiến tất cả.

Vì vậy, câu hỏi bây giờ là: nếu bạn được một Đấng quyền năng nhất vũ trụ lắng nghe và làm ơn cho bạn, thì bạn sẽ cầu xin điều gì? Được hoàn thuế vào cuối năm chăng? Hay nhận được kết quả khám sức khỏe tốt hơn vào lần tới? Biết rằng Đấng quyền thế nhất trên đời muốn làm ơn cho tôi khiến tôi cảm thấy hứng khởi và tôi biết chắc bạn cũng vậy. Tôi không biết bạn thế nào, nhưng tôi chắc rằng những điều bạn cầu xin không hoàn toàn giống điều tôi cầu xin. Chúng ta là những tạo vật phức tạp với những mối lo lắng và nan đề phức tạp. Nhưng chắc chắn có điều gì đó đang làm bạn nặng lòng ngay lúc này. Điều bạn cầu xin Chúa tuần này có thể ảnh hưởng đến tuần tới.

Hiểu biết về quyền năng và lòng thương xót của Chúa ảnh hưởng thế nào đến sự cầu nguyện của chúng ta? Trước tiên, hiểu biết đó phải khiến chúng ta dạn dĩ. A.W. Tozer nói như thế này: "Cầu nguyện hiệp nhất Đức Chúa Trời và người đang cầu nguyện làm một. Cầu nguyện nói rằng Đức Chúa Trời toàn năng và người đang cầu nguyện cũng toàn năng (trong lúc đó), vì người ấy liên lạc với Đấng toàn năng".[4] Bạn có hiểu rằng khi bạn cầu nguyện, loại năng lực này ở ngay trong tầm tay bạn không? Đó là điều Chúa Giê-xu muốn chúng ta biết.

Thứ hai, hiểu biết đó phải khiến chúng ta hạ mình. Trước giả sách Truyền Đạo dạy: "Con đừng vội vàng mở miệng, cũng đừng hấp tấp nói điều gì trước mặt Đức Chúa Trời, vì Đức Chúa Trời ở trên trời, còn con ở dưới đất. Vậy, hãy ít lời" (5:2). Đức Chúa Trời không ở đây chỉ để làm thành những điều bạn ao ước. Ngài không ở đây để tài trợ cho việc thờ thần tượng. Đức Chúa Trời có phục vụ chúng ta, nhưng Ngài hiện hữu vì vinh hiển của Ngài. Chúng ta hiện hữu vì Ngài, chứ không phải ngược lại. Khi cầu nguyện, chúng ta có được tư thế đúng đắn của người khao khát sự vinh hiển Ngài hơn là sự chu cấp của Ngài.

---

[4] A. W. Tozer, *Prayer* (Chicago: Moody, 2016), 175.

Sự hiện diện của Chúa > Sự chu cấp của Chúa

Trong Bài Cầu Nguyện Chung (Mat 6:9–13), Chúa Giê-xu giúp chúng ta hiểu nên bắt đầu cầu xin từ đâu. Sau khi xác lập chuyện Đức Chúa Trời là Cha chúng ta, Đấng vừa thương xót vừa quyền năng, Chúa Giê-xu nhắc chúng ta rằng quyền năng của Đức Chúa Trời là để thực thi chương trình của Ngài, không phải của chúng ta. Chúa Giê-xu cho thấy rằng lời cầu nguyện của người Cơ Đốc bắt đầu với lòng khao khát sự hiện diện của Chúa trước khi ao ước sự chu cấp của Ngài.

Tất cả những điều cầu xin ở ngay đầu Bài Cầu Nguyện Chung đều hướng về Chúa. Chúng ta hãy đọc lại:

> Lạy Cha chúng con ở trên trời;
> Danh *Cha* được tôn thánh;
> Vương quốc *Cha* được đến,
> Ý *Cha* được nên, ở đất như ở trời. (Mat 6:9–10)

Điều này đem con người ra khỏi trọng tâm của bức tranh. Nó chuyển nhu cầu và ao ước của chúng ta đi nơi khác, nhắc chúng ta rằng những điều quan trọng nhất khi cầu nguyện không phải là điều Chúa ban cho chúng ta từ những gì Ngài có, mà là điều Chúa ban từ sự hiện diện của Ngài. Suốt cả Kinh thánh, những người được hòa thuận và an ninh trong đời này là những người khao khát sự hiện diện của Chúa hơn của cải của Ngài. Chúa Giê-xu dạy chúng ta điều này trong ba lời cầu xin đầu tiên.

Lời cầu xin thứ nhất: Thanh danh của Chúa

"Danh Cha được tôn thánh" (Mat 6:9) có thể dịch nghe xuôi tai hơn là "Con cầu xin danh Cha sẽ được tôn quý". Trong Cựu Ước, khi con người không sống đúng theo ý Chúa và kế hoạch của Ngài, thì những việc làm gian ác của họ làm ô danh Chúa. Cầu xin "danh Cha được tôn thánh" nghĩa là quan tâm nhiều đến sự phát triển danh tiếng của Ngài trong thế gian hơn là danh tiếng của chính mình bạn. Đó là cầu xin chính Chúa bảo vệ danh Ngài không bị phỉ báng và che khuất, để người ta không chấp nhận một hình ảnh sai trật về Ngài hoặc để khước từ hình ảnh méo mó về Ngài. Danh Chúa là thánh. Không điều gì có thể thay đổi thực tế đó. Chúng ta đang cầu xin Ngài hành động trong thế gian để danh Ngài được tôn quý như vậy.

Vinh quang của Đức Chúa Trời đã đến trong thế gian qua Chúa Giê-xu. Do đó, "danh Cha được tôn thánh" nghĩa là cầu xin mọi người có đáp ứng đúng đắn với Chúa Giê-xu. Thế giới chúng ta đang sống không chút ấn tượng gì về Chúa, chẳng khác nào một người cứ ngồi yên khi cô dâu bước vào thánh đường. Đó là vì họ mù lòa trước vinh quang của Đức Chúa Trời được bày tỏ qua Chúa Giê-xu (xem 2 Cô 4:3–6). Vậy thì, chúng ta bắt đầu lời cầu nguyện bằng cách cầu xin cho mọi người nhìn thấy và quy phục vinh hiển của Đức Chúa Trời trong thân vị của Đấng Christ. Vẻ đẹp của lời cầu xin này là chúng ta đang cầu xin Đức Chúa Trời làm điều Ngài muốn làm.

Lời cầu xin này tạo ra âm điệu chung cho phần còn lại của bài cầu nguyện. Mọi điều chúng ta cầu xin Đức Chúa Trời phải bắt nguồn từ ao ước chi phối tất cả mọi điều này.

Lời cầu xin thứ hai: Vương quốc Đức Chúa Trời được đến

"Vương quốc Cha được đến" (Mat 6:10) là lời cầu xin cho sự thành công của Phúc âm trong thế gian. Chúng ta biết Phúc âm đã thay đổi chúng ta, vì vậy chúng ta nài xin vương quốc Đức Chúa Trời được mở rộng nhờ Phúc âm được lan truyền cho đến cùng trái đất.

Chúng ta mệt mỏi với thế giới mình đang sống và ao ước điều gì đó tốt hơn. Chúng ta muốn kinh nghiệm đầy đủ các phước lành trong Bài giảng trên núi. Chúng ta khao khát được ở nơi mà luật lệ của Chúa được thừa nhận và yêu mến. Đức Chúa Trời hứa điều này sẽ xảy ra và những lời hứa của Ngài làm cho khao khát của chúng ta càng thêm mãnh liệt. Khi người cha hứa với con gái rằng sẽ dẫn con đi chơi Disneyland, đứa bé biết rằng chuyến đi không phải là vấn đề, vấn đề là khi nào. Háo hức chờ ngày cha thực hiện lời hứa, cô bé liên tục hỏi "Khi nào mình đi hả ba? Ba đã hứa rồi nhé!" Khi chúng ta cầu nguyện "nước Cha được đến" cũng giống như vậy.

Chúng ta không thể phục vụ hai chủ. Cũng vậy, hai vua – chúng ta và Chúa - không thể đồng tồn tại. Sự cai trị và những tham vọng của một bên phải tiêu mất. Là Cơ Đốc nhân, kế hoạch của chúng ta thật ra đã tiêu mất và đó là điều tuyệt vời bởi vì kế hoạch của chúng ta đã giết chết chúng ta (Ga 2:20). Cầu xin "ý Cha được nên, ở đất như ở trời" hiệp nhất chúng ta vì nó giúp chúng ta khát khao vương quốc Ngài. Nó giữ chúng ta không nói xấu sau lưng, không lừa phỉnh để có địa vị, không mong mỏi thành lập vương quốc nhỏ của riêng mình.

Lời cầu xin thứ ba: Ý Cha được nên

"Ý Cha được nên, ở đất như ở trời" (Mat 6:10) triển khai thêm lời cầu xin thứ hai là vương quốc Cha được đến. Chúng ta mong ước nhìn thấy Chúa cai trị trên đất này theo cách Ngài đã cai trị trên trời. Chúng ta không muốn con người miễn cưỡng quy phục sự cai trị của Chúa. Chúng ta muốn họ vui vẻ thuận phục vì họ tin chắc Ngài là Đấng nhân từ. Chúng ta cầu xin ý muốn Ngài được thực hiện trên đất cho dù Ngài quyết định thế nào, ngay cả khi điều đó có nghĩa là chúng ta phải chịu khổ, phải hy sinh và phải chết.

Thiết lập vương quốc Ngài trên đất có nghĩa là loại bỏ những vương quốc nhỏ hơn, điều các hội thánh thực hiện qua công tác Phúc âm. Hội thánh địa phương là tiền đồn của vương quốc Đức Chúa Trời. Vì vậy, cầu xin ý Cha được nên nghĩa là cầu xin Đức Chúa Trời sẽ tiếp tục phát triển Phúc âm qua hội thánh địa phương.

Lời cầu xin cho mọi người nhìn thấy và tận hưởng sự hiện diện của Đức Chúa Trời là điều hoàn toàn lạ lùng đối với một thế giới thích Đức Chúa Trời là một người Cha vắng mặt, hàng tháng chỉ gửi một tấm séc to phụ cấp cho con. Vì chúng ta là những con người tội lỗi, nên chúng ta thích Chúa đáp ứng những yêu cầu của mình và đừng yêu cầu gì từ chúng ta cả. Chúng ta thích là người lên kế hoạch. Nhưng Chúa Giê-xu dạy chúng ta ở đây rằng sự hiện diện của Ngài phải đi trước sự chu cấp của Ngài. Chương trình của Ngài tốt hơn của chúng ta rất nhiều.

Khi hội thánh địa phương cầu nguyện và sống dưới ánh sáng của ba lời cầu xin đầu tiên này, điều đó sẽ thu hút thế giới đang nhìn xem chúng ta vì chúng ta phô bày một bức tranh khác về Đức Chúa Trời. Bức tranh này cho thế giới thấy vương quốc thế gian vô ích ra sao. Bức tranh này củng cố thêm lời chứng của chúng ta.

Vấn đề thật sự: Thờ ơ, không phải vắng mặt

Khi chúng ta bắt đầu cầu xin như thế này, chúng ta được nhắc một vài điều. Thứ nhất, thế giới hiện hữu như một bức tranh sơn dầu vì vinh hiển của Đức Chúa Trời. Thứ hai, điều chúng ta cần nhất là Đức Chúa Trời sửa lại những sai trật. Vấn đề thật sự không phải là Chúa không có mặt trong thế gian. Ngài hiện diện khắp nơi. Vấn đề thật sự là sự thờ ơ của chúng ta đối với sự hiện diện của Chúa, thể hiện qua tình trạng xem mình là trung tâm và chỉ quan tâm đến bản thân. Điều này khiến chúng ta không còn có thể yêu thương và tôn trọng người khác - nhất là Đức Chúa Trời, Đấng đã dựng nên chúng ta.

Bạn có thường thấy mình không thể ăn, ngủ, hay tập trung vì cảm thấy nản lòng với việc danh Chúa đang bị xem thường không? Bạn có thường thấy mình khổ sở đến nỗi phải cầu nguyện vì vương quốc và mục đích của Chúa bị coi thường không? Bạn có đưa nan đề này vào nhật ký cầu nguyện của mình không? Bạn có thấy việc Đức Chúa Trời không được tôn kính là nan đề chính trong thế giới, trong hôn nhân của bạn, trong hội thánh của bạn không? Chúa Giê-xu dạy chúng ta kêu cầu Chúa về những điều này, không phải vì Ngài cần giúp đỡ, mà vì chúng ta cần được giúp để khao khát chúng. Chương trình của chúng ta trái ngược với chương trình của Chúa vì những điều chúng ta yêu mến đối lập với điều Ngài yêu mến. Và điều chúng ta yêu mến cuối cùng sẽ định hình chương trình của chúng ta, nhất là trong sự cầu nguyện.

Thật dễ dàng và tự nhiên khi cầu nguyện cho thanh danh, cho vương quốc, cho các mục đích của chúng ta. Bạn đáp ứng thế nào khi bị xem thường, bị sỉ nhục và không được tôn trọng? Những điều bạn yêu mến thường được thể hiện rõ ràng nhất khi bạn tức giận. Cũng là điều tự nhiên khi chúng ta cầu nguyện "Chúa ơi, xin giúp họ đối xử với con cách tôn trọng và với giá trị con xứng đáng được nhận". Thật dễ kêu cầu cùng Chúa khi chúng ta cảm thấy tình huống đe dọa vương quốc của chúng ta và những mục tiêu cá nhân của chúng ta. Bạn thấy mình tức giận và khó chịu với Chúa nhất là khi nào? Nếu bạn giống tôi, thì đó là lúc bạn cảm thấy Ngài đã làm điều gì đó cản trở ý muốn của bạn. Về cơ bản, chúng ta cầu nguyện rằng "Chúa ơi, xin cho mọi thứ diễn tiến theo cách con muốn. Xin giúp con xây dựng vương quốc của chính con".

Chúng ta không thể phân biệt lời cầu nguyện đúng đắn và sai trật dựa trên tính đạo đức của chúng. Đức Chúa Trời không chỉ nói không với những lời cầu xin Ngài giúp để cướp ngân hàng. Người ta vẫn có thể cầu xin những điều tốt đẹp và có thể chấp nhận được trong khi thực chất là đang xin Ngài tài trợ cho việc thờ thần tượng. Thái độ xem mình là trung tâm cũng giống như trọng lực, nó sẽ kéo chúng ta xuống. Chúa Giê-xu dạy chúng ta phải nhắm mục tiêu cao hơn. Ngài muốn cho lời cầu nguyện của chúng ta bay cao.

Đức Chúa Trời không phải là ông thần

Khi cầu xin cho những thứ tự ưu tiên của Chúa ngự trong lòng chúng ta, chúng ta khước từ khái niệm sai lầm cho rằng Đức Chúa Trời là một ông thần. Tôi không phải chuyên gia nghiên cứu về thần, nhưng phim ảnh và các chương trình truyền hình có các ông thần cho chúng ta thấy điều gì đó thú vị: không ai cố gắng nói chuyện với thần như cách Cơ Đốc nhân nói chuyện với Đức Chúa Trời qua sự cầu nguyện cả. Họ không quên cầu xin điều này điều kia. Họ không xem cuộc trò chuyện với các ông thần là cứu cánh cuối cùng. Không ai gặp khó khăn khi nói chuyện với thần vì thần luôn luôn làm theo yêu cầu của con người. Thần chỉ có một việc, đó là thực hiện kế hoạch của người trói buộc vị thần ấy.

Nhưng khi chúng ta cầu nguyện như Chúa Giê-xu dạy, chúng ta được nhắc nhở rằng sự hiện diện và thân vị của Đức Chúa Trời là giá trị - giá trị hơn sự chu cấp của Ngài rất nhiều. Đức Chúa Trời lên kế hoạch, và đây là điều tốt nhất cho chúng ta. Vì vậy, khi chúng ta cầu nguyện với nhau như thế này, Ngài tạo chúng ta thành một cộng đồng những người xưng nhận rằng chúng ta phụ thuộc vào Ngài *không* chỉ tùy hoàn cảnh. Chúng ta *luôn luôn* cần Ngài và niềm vui của chúng ta trước nhất đến từ sự hiện diện của Ngài, cho dù chúng ta có nhận được sự chu cấp vật chất hay không. Và bạn biết không, khi lẽ thật này được ghi khắc vào tâm khảm chúng ta qua sự cầu nguyện, thì với lòng nhân từ, Đức Chúa Trời sẽ cho chúng ta kinh nghiệm nhiều hơn về sự hiện diện của Ngài.

Bài Cầu Nguyện Chung thật siêu nhiên. Chắc chắn, ai cũng có thể lặp lại những lời này, nhưng chỉ những người được thay đổi bên trong mới thật sự ao ước điều mình đang cầu nguyện. Những lời này không phải là câu thần chú kỳ diệu. Mục tiêu không phải là nói lớn những câu này. Các chủ nô có lẽ đã đọc đi đọc lại câu "Mọi người đều được dựng nên cách bình đẳng" trong Bản Tuyên ngôn Độc lập hàng trăm lần. Nói như vẹt chẳng đem lại ích lợi gì. Chúa Giê-xu không đang tạo nên những con vẹt, mà là những con người biết cầu nguyện.

Nếu bạn thật sự hiểu ý nghĩa của việc gọi Đức Chúa Trời là Cha, tức là bạn muốn vinh hiển của Ngài lan tỏa đến mọi ngõ ngách trên đất. Không có lời cầu xin nào khác quan trọng hơn.

Và hãy nhớ rằng, chúng ta đang cầu xin Ngài làm điều Ngài muốn làm.

Gia đình hiệp nhất

Các hội thánh thật dễ rơi vào tình trạng ganh đua về chương trình và đối lập về cảm xúc (xem Gia 4:1–4). Một cộng đồng gồm những con người tội lỗi, chưa được thánh hóa hoàn toàn sống gần nhau sẽ giẫm chân lên nhau. Một cộng đồng Cơ Đốc đa dạng có nhiều mong mỏi khác nhau có thể dẫn đến nhiều khải tượng khác nhau.

Nếu mối quan tâm chính của cuộc đời bạn là làm cho bạn được nổi danh, thì bạn sẽ cảm thấy không thoải mái trong cộng đồng Cơ Đốc. Kết quả, phạm tội là điều không thể tránh khỏi. Nhưng nếu mối quan tâm chính của bạn là làm cho Đức Chúa Trời được nổi danh - tức là làm cho danh tiếng, nước Đức Chúa Trời và mục đích của Ngài được tấn tới trong thế gian - thì sự hiện diện của tội lỗi trong cộng đồng của bạn, ngay cả của chính bạn, trở thành cơ hội để làm cho mục đích của Ngài được tấn tới thông qua việc đáp ứng giống Chúa.

Danh Chúa có được vinh hiển khi gặp bất công không? Dĩ nhiên là có. Khi Chúa Giê-xu chết cách bất công trên thập tự giá, một viên sĩ quan chỉ huy La Mã đã tôn danh Ngài là thánh (Mác 15:39). Chính Chúa Giê-xu đã phô bày lòng thương xót của Đức Chúa Trời khi cầu nguyện "Lạy Cha, xin tha cho họ". Vì vậy, ngay cả thử thách cũng là cách để chúng ta tỏ bày ơn tha thứ của Đức Chúa Trời, qua đó tôn cao danh Ngài.

Chúa Giê-xu sắp đặt thứ tự ưu tiên và nội dung cho lời cầu nguyện của chúng ta. Khi hội thánh hiệp lại cầu nguyện theo Bài Cầu Nguyện Chung, chúng ta được nhắc nhớ về mong ước chung này: đó là để Vua các vua đến cai trị. Điều này giúp chúng ta không phỉnh gạt để có được địa vị, nhưng nài xin Chúa nhận lấy địa vị đúng đắn của Ngài trong hội thánh và thế gian. Nó chỉnh lại la bàn của chúng ta và đồng bộ hóa đồng hồ của chúng ta, để tất cả đều tiến về cùng một hướng. Nó đem lại sự hiệp một. Nó nhắc chúng ta rằng cho dù hoàn cảnh có thế nào – sang hay hèn, trẻ hay già, độc thân hay có gia đình, thuộc đa số hay thiểu số - thì tất cả đều cần một điều như nhau: sự hiện diện quý báu của Đức Chúa Trời.

4

Món Soul Food
Một Gia Đình Được Nuôi Dưỡng

Soul food: Dùng bữa chung với nhau

Một trong những thất vọng lớn nhất của tôi là món soul food (món ăn truyền thống của người Mỹ gốc Phi ở miền Nam nước Mỹ - ND) bị thương mại hóa. Sau khi sống ở Atlanta khoảng gần một thập kỷ, tôi có thể nói về việc này với một chút hiểu biết nhất định. Atlanta đầy những địa điểm cung cấp cho người dân thức ăn họ muốn mà không phải xếp hàng chờ đợi lâu. Về mặt lý thuyết, đồ ăn vẫn thế thôi. Nhưng khi bạn bỏ đi sự thư thái, từ từ trong nấu nướng và biến nó thành bữa ăn mang đi của cá nhân, thì bạn thay đổi món ăn này. Bạn làm giảm giá trị của nó.

Chờ đợi là phần thiết yếu của món soul food, vì món soul food là món ăn của gia đình và bạn bè. Món ăn này hay ở chỗ mọi người cùng tụ họp lại và vui đùa với nhau trong khi chờ đợi, sau đó cùng nhau nghỉ ngơi, rồi ngủ lịm đi trong "cơn phê" thức ăn.

Chúng ta cũng nên nghĩ về sự cầu nguyện theo cách này. Tôi tin đây là ý định của Chúa Giê-xu khi Ngài giảng nửa sau của Bài Cầu Nguyện Chung.

Cầu xin chu cấp: Không chỉ nhu cầu được đáp ứng

Cầu nguyện bắt đầu bằng việc ước ao Chúa hiện diện trước khi ước ao Ngài chu cấp. Nhưng cầu nguyện không nên kết thúc ở đó. Chúng ta vẫn cần những điều khác từ Chúa. Chỉ vì Ngài bảo chúng ta đừng ưu tiên thức ăn và quần áo không có nghĩa là chúng ta không cần đồ ăn và quần áo. Chúa Giê-xu mời gọi chúng ta cầu xin ba điều cụ thể: sự cung ứng, sự tha thứ và bảo vệ. Đây không phải là những điều duy nhất chúng ta có thể cầu xin Chúa, nhưng chúng cung cấp một khuôn mẫu về thứ tự ưu tiên của chúng ta.

Sự cung ứng

Trước nhất, Chúa Giê-xu dạy chúng ta cầu xin "thức ăn đủ ngày" (Mat 6:11). Lưu ý, Ngài muốn chúng ta cầu xin thức ăn *mỗi ngày* - không phải mỗi tuần, mỗi tháng, không phải tài sản được ủy thác, không phải số tiền tiết kiệm nho nhỏ hấp dẫn. Ngài muốn chúng ta nương cậy Ngài *mỗi ngày*. Ý Chúa Giê-xu ở đây tương tự với ý của A-gu-rơ trong Châm Ngôn 30:8–9. A-gu-rơ cầu nguyện:

> Đừng để con nghèo khổ hoặc giàu sang;
> xin cho con lương thực đủ dùng;
> Kẻo khi dư dật, con từ chối Chúa
> mà nói rằng: "Đức Giê-hô-va là ai"
> Hoặc khi con bị nghèo khổ mà đi trộm cắp,
> và làm ô danh Đức Chúa Trời của con chăng?

Bạn thấy không? A-gu-rơ không chỉ quan tâm đến việc nhu cầu của mình được thỏa đáp. Ông muốn bảo đảm rằng danh Chúa không bị xúc phạm - khi quá giàu hay quá nghèo. Quá giàu sẽ thấy Chúa không cần thiết. Quá nghèo thì thấy Chúa không quan tâm. "Vì vậy xin ban cho con đúng điều con cần hôm nay, để ngày mai con sẽ quay lại. Xin giữ con luôn lệ thuộc Ngài, để cách con đến với Chúa mỗi ngày nói lên rằng Ngài là nguồn chu cấp đầy đủ mọi nhu cầu của con". Cũng vậy, Chúa Giê-xu không muốn việc *cầu xin* của chúng ta vượt ra ngoài sự *ngợi khen* đã thảo luận trong chương trước ("Danh Cha được tôn thánh"). Cách chúng ta liên hệ với thức ăn và của cải sẽ làm nổi bật hoặc sẽ làm mờ nhạt sự phô bày vinh hiển của Chúa qua chúng ta. Lời cầu xin chu cấp và lời ngợi khen là không thể tách rời và việc chúng ta phụ thuộc Ngài mỗi ngày nói lên điều đó.

Chúng ta quen thuộc với việc cầu nguyện ngay trước mỗi bữa ăn. Nhưng không quen thuộc với việc mỗi sáng bước ra khỏi giường cầu xin Chúa ban thức ăn cho chúng ta. Vì sao? Vì, ít ra là ở phương Tây, chúng ta có tài khoản ngân hàng, có việc làm, có thẻ quà tặng và có những người mời chúng ta đi ăn trưa. Chúng ta tin chắc là mình sẽ có đồ ăn. Chúng ta ít nghĩ đến việc chết đói. Ý tưởng cầu nguyện như thế này vào buổi sáng có vẻ mang tính thủ tục hình thức. Chúng ta xem sự chu cấp của Chúa là điều đương nhiên vì chúng ta nghĩ rằng mình xứng đáng được như vậy nhờ siêng năng và chăm chỉ. Đồng thời, chúng ta bắt đầu suy nghĩ mình không bao giờ đủ.

Kiểu tự phụ này dẫn đến sự vô ơn. Và khi lòng biết ơn không còn, sự tham lam nhanh chóng bước vào rồi nằm ườn ra, không còn chỗ cho bất kỳ điều gì khác. Người tham lam nói: "Tôi đã làm việc vất vả để có được những thứ này, vì vậy tôi phải hưởng thụ. Tại sao tôi phải quan tâm đến người vô trách nhiệm?" Cho rằng những gì mình có là nhờ sự siêng năng bền bỉ của bản thân, chúng ta cũng sẽ cho rằng mình phải quyết định cách sử dụng chúng như thế nào.

Nhưng Chúa Giê-xu không cho phép điều đó. Ngài dạy chúng ta phải cầu xin thức ăn mỗi ngày, để chúng ta nhớ rằng mọi tặng phẩm cuối cùng đều đến từ Đức Chúa Trời.

Sự tha thứ

Tiếp theo, Chúa Giê-xu dạy chúng ta cầu nguyện "Xin tha tội cho chúng con, như chúng con đã tha những kẻ có lỗi với chúng con"

(Mat 6:12). Lời cầu xin này là trọng tâm của Cơ Đốc giáo chân thật. Nó nhắc chúng ta rằng sự giảng hòa với Chúa luôn luôn đến qua sự tha thứ, chứ không phải qua thành tích. Cuộc đời, sự chết và sự sống lại của Chúa Giê-xu vì chúng ta là lời khẩn nài xin được tha thứ duy nhất của chúng ta. Chúng ta không cầu xin Chúa xét lại món nợ của chúng ta, cũng không cầu xin cho chúng ta thêm thời gian để trả nợ. Chúng ta cầu xin sự tha thứ. Chúng ta không xứng đáng được tha thứ. Chúng ta xin Chúa điều đó. Và như chúng ta thường cầu xin thức ăn, thì chúng ta cũng phải cầu xin được tha thứ. Khi làm như vậy, chúng ta được nhắc nhở ít nhất hai điều mỗi ngày: (1) những thất bại liên tục của chúng ta và (2) sự sẵn sàng tha thứ của Chúa. Bỏ qua một ngày không cầu nguyện theo cách này là trải qua một ngày bị cám dỗ cho rằng Đức Chúa Trời và tôi vẫn ổn vì những gì tôi thể hiện. Điều đó không bao giờ đúng và sẽ không bao giờ đúng.

Khi lòng chúng ta không tin chắc rằng chúng ta cần sự tha thứ của Chúa, thì chúng ta dễ hun đúc các cảm xúc tiêu cực. Chúng ta tập chú vào món nợ của người khác (xem Mat 18:21–35). Chắc chắn chúng ta sẽ không tha thứ.

Bạn có thấy chúng ta rất cần cầu nguyện mỗi ngày "Xin tha tội cho chúng con, như chúng con đã tha những kẻ có lỗi với chúng con" không (Mat 6:12)? Chúa Giê-xu biết rằng để chúng ta tôn cao danh Ngài, chúng ta cần được nhắc nhở mỗi ngày về tội của mình và ân điển của Chúa.

Sự bảo vệ

Cuối cùng, Chúa Giê-xu dạy chúng ta cầu nguyện "xin đừng để chúng con bị cám dỗ, nhưng cứu chúng con khỏi điều ác" (Mat 6:13). Cũng như sự tha tội đã phạm trong quá khứ, sự bảo vệ khỏi những tội trong tương lai chỉ có trong Chúa Giê-xu. Đó là sự ban cho của Chúa. Vấn đề là chúng ta lo lắng trước cám dỗ, nghĩ rằng chúng ta sẽ không bao giờ thay đổi, hoặc chúng ta trở nên kiêu ngạo, cho rằng mình đủ sức để chống cự.

Nhưng Chúa Giê-xu dạy chúng ta cầu xin sự chu cấp, sự tha thứ và sự bảo vệ không phải chỉ để chúng ta nhận được những điều đó, mà còn để chúng ta được khuôn đúc nhờ những lời cầu nguyện. Ngài truyền bảo chúng ta cầu nguyện cho những điều chúng ta bị cám dỗ tự tìm cho mình, vì bất kỳ điều gì chúng ta có thể tự tìm được, thì cuối cùng chúng ta xem đó là chuyện đương nhiên và như vậy là làm ô danh Chúa.

Cầu xin cho gia đình với đại từ số nhiều

Khi Chúa Giê-xu dạy các môn đồ cầu nguyện, Ngài muốn họ nhớ đến nhu cầu của người khác nữa, chứ không chỉ nhu cầu của bản thân. Vì vậy, Ngài tiếp tục dùng đại từ số nhiều: "Xin cho chúng con... xin tha tội cho chúng con... xin đừng để chúng con...". Chắc chắn điều này áp dụng khi cầu nguyện nơi công cộng. Khi cầu nguyện trong nhóm, hãy kéo người khác vào bằng cách dùng "chúng con".

Nhưng ngay cả khi cầu nguyện một mình, chúng ta cũng nên nghĩ đến người khác. Tâm trí chúng ta phải luôn nghĩ đến những cách để yêu thương họ. Nếu chúng ta thật sự tin Chúa Giê-xu đủ nhân lành để ban cho chúng ta điều gì đó, thì chúng ta phải tin rằng Ngài cũng đủ nhân lành để ban điều đó cho người khác. Cầu nguyện với đại từ số nhiều như Chúa Giê-xu dạy là một trong những cách tốt nhất để yêu người lân cận, vì cho dù chúng ta không thấy họ, nhưng chúng ta luôn nhớ đến họ.

Khi bạn cầu xin những điều tốt như sự chu cấp, sự tha thứ và sự bảo vệ, ai xuất hiện trong tâm trí bạn khi bạn nghĩ đến chữ "chúng ta"? Tôi tưởng tượng đó là những người bạn quý mến.

Nhưng có phải bạn cũng xin Chúa chu cấp, tha thứ và bảo vệ những người làm bạn thất vọng và chọc tức bạn không? Bạn có thường cầu nguyện cho họ không? Bạn có loại họ ra khỏi danh sách cầu nguyện cho đến khi nào họ sửa đổi không? Thật khó mà xếp kẻ thù vào cùng hàng với "chúng ta". Có thể chúng ta không cầu xin cho họ bị tiêu diệt hay thất bại, nhưng chúng ta cũng không thật sự cầu nguyện nhiều cho sự thịnh vượng của họ đúng không? Lời cầu nguyện này giúp chúng ta trong cách cư xử với họ, nhưng đó không phải là cầu nguyện cho sự thịnh vượng của họ.

Khi cầu nguyện bằng đại từ số nhiều ngôi thứ nhất (chúng con), có thể trong tâm trí chúng ta không hề nghĩ đến một người cụ thể nào mà chỉ là một nhóm người chung chung. Nhưng lời cầu nguyện mơ hồ cho những người mơ hồ không giúp ích gì cho anh chị em chúng ta. Nếu có, chúng là dấu hiệu của sự thờ ơ. Chúng ta không giúp nhau được gì và Đức Chúa Trời thì không được tôn cao. J. C. Ryle có nói:

> Xưng nhận chúng ta là tội nhân thôi thì chưa đủ; chúng ta còn phải gọi tên những tội mà lương tâm cáo trách chúng ta nhiều nhất. Cầu xin được thánh khiết thôi vẫn chưa đủ; chúng ta phải gọi tên những ân huệ mình thấy thiếu hụt nhất. Nói với Chúa rằng chúng ta đang gặp rắc rối thôi vẫn chưa đủ; chúng ta phải mô tả khó khăn cùng tất cả những đặc điểm của nó... Chúng ta nghĩ gì về một người bệnh nói với bác sĩ rằng mình bệnh, nhưng không hề mô tả chi tiết triệu chứng của mình? Chúng ta nghĩ gì về người vợ nói với chồng rằng mình không vui, nhưng chẳng kể cụ thể lý do vì sao? Chúng ta nghĩ sao về đứa trẻ nói với ba nó rằng nó gặp rắc rối, rồi không nói gì thêm nữa? Đấng Christ là chàng rể thật của linh hồn, là thầy thuốc thật của tấm lòng, là người cha thật của dân sự. Chúng ta hãy chứng tỏ điều này qua việc dạn dĩ trò chuyện với Ngài.[1]

Lời khôn ngoan của Ryle không chỉ áp dụng cho cá nhân mỗi người chúng ta, mà cho cả tập thể nữa. Chúng ta chẳng biết phải nói gì khi cầu xin những điều mơ hồ cho những con người mơ hồ.

---

[1] J. C. Ryle, *A Call to Prayer: With Study Guide* (Pensacola, FL: Chapel Library, 1998), 34, Kindle.

Thật dễ cầu nguyện bao quát hết mọi thứ rồi bước ra khỏi sự hiện diện của Chúa một cách thờ ơ và hờ hững như khi bước vào. Nhưng nếu lời cầu nguyện của chúng ta đầy những điều cầu xin cụ thể cho những con người cụ thể, thì chúng ta cất đi được những nguy cơ gắn liền với những kiểu cầu nguyện "cho mọi người mà chẳng cho ai cả". Chúng ta bắt đầu cảm nhận niềm vui đến từ việc cầu xin những nhu cầu cụ thể cho những con người cụ thể.

Ryle nói tiếp:

> Tất cả chúng ta đều mang bản chất ích kỷ và tính ích kỷ thì rất dễ bám vào chúng ta, ngay cả khi chúng ta đã tin Chúa. Chúng ta thường có khuynh hướng chỉ nghĩ đến linh hồn mình, những tranh chiến tâm linh của chính mình, sự tiến bộ trong đức tin của bản thân và quên mất người khác. Để tránh khuynh hướng này, tất cả chúng ta đều cần phải cẩn thận và cố gắng, đặc biệt trong lời cầu nguyện. Chúng ta nên học làm một người có tinh thần vì mọi người. Chúng ta nên tự khuyến khích mình nêu tên người khác bên cạnh tên mình trước ngôi ân điển. Chúng ta nên cố gắng quan tâm đến cả thế gian, đến người ngoại đạo, người Do Thái, người Công giáo La Mã, các tín hữu thật, các hội thánh nhận là Tin Lành, đất nước chúng ta đang sống, hội thánh chúng ta đang sinh hoạt, gia đình chúng ta đang ở, những bạn bè và người thân chúng ta đang liên hệ. Chúng ta nên nài xin cho mỗi một người. Đây chính là lòng nhân hậu cao cả nhất. Người yêu thương tôi nhất là người thương tôi trong cả khi cầu nguyện. Ấy là vì ích lợi của linh hồn chúng ta. Nó giúp ta cảm thông với nhiều người và mở lòng hơn. Ấy là vì ích lợi của hội thánh. Bánh xe của tất cả những cỗ máy rao truyền Phúc âm di chuyển nhờ lời cầu nguyện. Những người cầu thay như Môi-se trên núi cầu nguyện cũng làm

được nhiều điều cho mục đích của Chúa chẳng khác nào những người chiến đấu trong chiến trận cam go giống Giô-suê. Trở nên giống Đấng Christ là thế. Ngài mang lấy tên của dân sự Ngài, trong vai trò Thầy Tế Lễ Thượng Phẩm, trước mặt Cha. Ôi, được trở nên giống Chúa Giê-xu thật là một đặc ân! Trở thành người giúp đỡ đích thực cho những người làm mục vụ là thế. Nếu tôi phải chọn một hội chúng, hãy cho tôi một hội chúng biết cầu nguyện.[2]

Ryle không hài lòng khi không xác định được "chúng con" cụ thể là ai và chúng ta cũng nên như vậy. Hội thánh địa phương là chiếc găng tay vừa khít bao lấy sự cầu nguyện tập thể. Dĩ nhiên, có nhiều cách cầu nguyện chung và vâng theo tinh thần của mạng lệnh này mà không cần đến hội thánh địa phương. Nhưng tôi tin rằng hội thánh địa phương là cách tốt nhất để xác định "chúng con" trong lời cầu nguyện. Hội thánh địa phương là nhà kính để chúng ta tăng trưởng. Hội thánh địa phương tạo môi trường lý tưởng để chúng ta nhận được tối đa ích lợi từ sự cầu nguyện đồng thời giảm bớt mối nguy hại của tính ích kỷ và kiêu ngạo được nói đến ở trên.

Mọi Cơ Đốc nhân đều phải hưởng được lợi ích của việc là một thành viên trong hội thánh địa phương. Hội thánh địa phương đưa ra nhiều cách riêng của mình để làm trọn Sáng Thế Ký 2:18 "Con người ở một mình thì không tốt". Không có gia đình trên đất thì Cơ Đốc nhân có thể trở thành mồ côi trong thế gian. Có thể người đó không lập gia đình hoặc người bạn đời của người đó đã qua đời. Người Cơ Đốc có thể bị nền văn hóa tẩy chay vì niềm tin của mình. Người ấy có thể thấy xung quanh mình toàn những người có bối cảnh văn hóa hoàn toàn khác biệt. Nhưng người Cơ Đốc trong giao ước với hội thánh địa phương không bao giờ cô đơn. Hễ ngày nào hội thánh còn tồn tại, mà hội thánh thì tồn tại đến đời đời, thì người Cơ Đốc luôn là một phần của "chúng con". Hội thánh địa phương

---

[2]Ryle, *A Call to Prayer*, 34–35.

tiếp nhận lý thuyết của Cơ Đốc giáo và làm cho nó trở nên cụ thể - qua tình yêu thương, việc làm và nhất là qua sự cầu nguyện.

Hãy xem "chúng con" trong lời cầu nguyện chung có ý nghĩa gì khi nói đến sự chu cấp. Ví dụ tôi cầu xin Chúa chu cấp cho nhu cầu "của chúng con", nhưng cuối cùng tôi lại được tăng lương còn ai đó thì mất việc. Tôi không thể chỉ nói rằng "tôi cầu nguyện cho anh được no ấm" (xem Gia 2:15–16). Không, tôi phải thể hiện niềm tin vào sự cầu nguyện của mình bằng cách cho là Đức Chúa Trời đã nhậm lời cầu xin của chúng ta khi ban cho tôi nhiều hơn điều tôi cần và cho người khác ít hơn điều họ cần. Theo đó, qua lời cầu nguyện của tôi, Đức Chúa Trời đang lấy ra khỏi tôi tính tham lam bằng cách cho tôi cơ hội để tự do ban tặng món quà Ngài ban cho tôi. Đồng thời, Đức Chúa Trời đang lấy ra khỏi người anh em tôi lòng kiêu ngạo bằng cách đặt người ấy vào hoàn cảnh phải chấp nhận những tặng phẩm tốt lành của Đức Chúa Trời từ một người anh em khác. Không hề là hành động từ thiện, người ấy trở thành bức tranh phô bày sự khôn ngoan và sự nhân từ của Đức Chúa Trời khi chúng ta cầu xin Ngài chu cấp.

Còn "chúng con" có nghĩa gì khi cầu xin tha thứ và bảo vệ? Ví dụ tôi cầu nguyện xin Chúa tha thứ tội lỗi của tôi. Rồi, khi đang cầu nguyện cho những người cụ thể trong hội thánh, hình bóng của một con người cụ thể đã từng xúc phạm tôi lướt qua tâm trí tôi. Tôi không cảm thấy sẵn sàng tha thứ cho người đó. Vậy thì sao? Bây giờ tôi phải quyết định. Tôi có thể nài xin Chúa tha thứ cho vẻ đạo đức giả của tôi và giúp tôi tha thứ, để tôi có thể vui hưởng mối quan hệ được phục hồi với anh em mình. Hoặc tôi có thể giả vờ như không hề đạo đức giả bằng cách biện minh cho sự tức giận của mình và quyết định không tha thứ. Hoặc tôi cũng có thể hoàn toàn gạt qua một bên sự căng thẳng khi cầu nguyện ở đại từ ngôi thứ nhất số nhiều và tin rằng mối quan hệ của tôi với anh em tôi tuyệt nhiên không liên quan gì đến Chúa.

Thật ra, cầu xin Chúa chu cấp, tha thứ và bảo vệ người khác không cho phép chúng ta giữ bộ mặt đạo đức giả bằng cách lấy cớ là ta không biết. Thay vào đó, nó khuôn đúc chúng ta theo hình ảnh của Đấng Christ bằng cách phơi bày chúng ta và thanh tẩy chúng ta khỏi những cách đạo đức giả của chúng ta. Đức Chúa Trời không tìm cách gài bẫy chúng ta. Ngài tìm cách cứu chúng ta khỏi những chiếc bẫy được chôn giấu dọc con đường của lòng tin đạo.

Đây là điều khiến cho Bài Cầu Nguyện Chung trở nên siêu nhiên. Chúng ta không có sự khôn ngoan và năng lực để chu cấp cho bản thân, đừng nói đến cho người khác. Mọi thứ chúng ta có, kể cả sự khôn ngoan và khả năng để có được của cải, đều đến từ Đức Chúa Trời. Chúng ta không thể lấy từ nguồn ân điển của mình để tha thứ người khác khi họ xúc phạm chúng ta. Chúng ta chỉ có thể lấy điều chúng ta cần để tha thứ người khác từ giếng không đáy của Đức Chúa Trời. Chúng ta không có sự kiên cường thuộc linh cần thiết để khước từ những lời mời gọi của tội lỗi và tránh xa bẫy cám dỗ. Mỗi ngày chúng ta đều cần sự giúp đỡ từ Đấng ban cho chúng ta mọi điều, tha thứ chúng ta cách rời rộng và gìn giữ chúng ta cho cõi đời đời. Chúa Giê-xu dạy chúng ta qua Bài Cầu Nguyện Chung rằng chúng ta thiếu thốn đến không ngờ, còn Đức Chúa Trời rộng rãi đến lạ lùng. Khi cầu xin sự chu cấp, sự tha thứ và bảo vệ cho bản thân lẫn cho nhau, tất cả chúng ta đều tận hưởng bữa tiệc nhân từ dư dật của Chúa, điều Ngài khao khát chia sẻ. Món Soul food, của Ngài là món ăn linh hồn của chúng ta để cả gia đình cùng nhau thưởng thức qua sự cầu nguyện.

5

Gốc Rễ
Một Gia đình Được Dưỡng Dục

Chuẩn bị cho tình huống xấu nhất

Trong buổi phỏng vấn trước trận đấu quyền Anh, Mike Tyson được hỏi có suy nghĩ gì về phong cách của đối thủ. Tyson trả lời "Mỗi người đều có một chiến lược cho đến khi họ bị đấm vào mồm".

Cũng vậy, mỗi người đều có một kế hoạch làm sao để chiến thắng cho đến khi nghịch cảnh đến. Một khi bị mất phương hướng, tất cả đều tiêu tan, sức lực và sự điềm tĩnh biến mất như hai chiếc răng trước của một võ sĩ. Ngay cả khi bạn không phải đấu võ gì cả kể từ lớp 7, như tôi vậy, thì những lời Tyson nói vẫn rất đúng.

Sự qua đời của em trai là một sự ngạc nhiên lớn trong đời tôi, cho đến khi một sự ngạc nhiên khác nhanh chóng lấn át chỉ vài tuần sau đó: tôi ngạc nhiên khi thấy đức tin của mình nơi Chúa Giê-xu và quyết tâm cam kết theo Ngài tan biến. Những suy niệm của C. S. Lewis sau khi vợ ông qua đời có vẻ đúng với tôi: "Đức Chúa Trời không cố gắng thử nghiệm đức tin hay tình yêu của tôi để nhận biết lượng đức tin và tình yêu của tôi. Ngài đã biết hết rồi. Chính tôi mới là người không biết... Ngài luôn biết rằng đền thờ của tôi chỉ là một căn nhà bằng bìa cạt-tông. Cách duy nhất để tôi nhận ra điều ấy là phá đổ nó".[1] Tôi bị đấm vào mặt và quyết tâm theo Chúa biến mất. Sức lực của tôi cạn kiệt, còn tôi chẳng còn gì cả. Mọi người đều có kế hoạch cho đến khi họ bị đấm vào mồm.

---

[1] C. S. Lewis, *A Grief Observed* (1961; repr., New York: Bantam, 1976), 61.

Bạn cũng không được miễn trừ đâu. Bạn sẽ bị đấm. Cuối cùng, bạn sẽ nhận ra rằng mỗi một chúng ta đều phải đối diện với nghịch cảnh. Không phải tôi chỉ nói đến nghịch cảnh chung chung trong cuộc sống ở một thế giới sa ngã - như là người thân yêu qua đời, mắc bệnh mãn tính, sự chết, ly hôn, mất việc làm. Tôi đang nói đến sự chịu khổ mà chỉ Cơ Đốc nhân mới gặp vì giữ lòng trung thành với Chúa trong thế giới sa ngã. Chủ tâm theo Chúa Giê-xu trong thế giới này giống như bước lên võ đài. Ngay cả khi bạn là người chiến thắng cuối cùng, thì bạn cũng đang tự để cho mình bị những cú đấm mà nếu bạn không chơi quyền anh thì sẽ không bao giờ bị.

Tôi đang nói đến việc sống trong tình trạng độc thân kéo dài và có thể là tình trạng cô đơn vì bạn quyết định để cho Chúa Giê-xu điều khiển tính dục của bạn. Tôi đang nói đến việc mất công ăn việc làm vì bạn từ chối thỏa hiệp những tiêu chuẩn. Tôi đang nói đến việc chiến đấu với chứng trầm cảm và lo lắng vì bạn không muốn sử dụng hóa chất bất hợp pháp như giải pháp tạm thời. Danh sách còn dài. Đôi khi trung thành với Chúa đưa chúng ta vào tình thế khiến chúng ta cảm thấy sự vâng phục là bản án tử. Trong những tình huống như vậy, bạn sẽ đáp ứng thế nào? Chúng ta thích nghĩ rằng đền thờ của đức tin chúng ta sẽ đứng vững trước cơn cuồng phong, nhưng nếu lịch sử là dấu chỉ cho hiện tại của chúng ta, thì chúng ta biết rằng căn nhà bằng bìa cạt-tông của chúng ta cần được gia cố không ngừng.

Vậy thì, bạn sẽ chuẩn bị thế nào để đối phó với bão tố? Nếu chúng ta chờ đến khi ở giữa cơn cám dỗ thì đã quá muộn. Chúng ta phải chủ động phòng chống. Chúng ta cần nhìn thấy bão đang đến từ xa và gia cố các bức tường. Sức mạnh chúng ta cần để chống chọi cơn bão cuối cùng đến từ Đức Chúa Trời, chúng ta nắm lấy sức mạnh của Ngài thông qua sự cầu nguyện.

Cầu nguyện là gốc rễ. Rễ làm công việc khó nhọc là làm cho cây vững mạnh, nhưng công tác khó nhọc là công việc thầm kín. Cầu nguyện cũng vậy. Cầu nguyện chung vừa là rễ thật sự của chúng ta, vừa là rễ của cha ông để lại. Cầu nguyện chung vừa là sức mạnh vừa là di sản của những người chịu nhiều đau khổ vì trung thành với Chúa.

Nếu các chương trước dạy về quy trình vận hành chuẩn của sự cầu nguyện từ Bài Giảng Trên Núi, thì lời cầu nguyện của Đấng Christ trong vườn Ghết-sê-ma-nê cung cấp cho chúng ta kiệt tác về phương cách thực hiện việc cầu nguyện ấy.

Các con không mạnh như mình nghĩ

Trên phòng cao, Chúa Giê-xu nói với các môn đồ về việc Ngài sắp phải chịu đau đớn, nhưng Ngài cũng cho họ biết sự thật về chính họ. Họ sẽ là những kẻ hèn nhát và bỏ chạy, nhưng Chúa Giê-xu hứa không đáp trả họ theo cách họ làm với Ngài. Họ không đủ mạnh mẽ để đứng chung với Ngài, nhưng đó là lý do Ngài phải lên thập tự giá. Họ sẽ thất bại trong tương lai, nhưng những thất bại này không liên quan gì đến tình yêu và cam kết trong hiện tại của Ngài vì lợi ích của họ. Thật là phước hạnh khi Đấng Christ biết tất cả những thất bại của chúng ta, ngay cả những thất bại chưa xảy ra, thế mà Ngài vẫn tận hiến cho chúng ta.

Sau đó, Chúa Giê-xu đem các môn đồ đến vườn Ghết-sê-ma-nê, ở đó chúng ta không chỉ thấy Chúa Giê-xu giảng về sự cầu nguyện, mà còn thấy Ngài thực hành việc cầu nguyện.

Nơi chốn. Vườn Ghết-sê-ma-nê là một căn phòng nhỏ của Đức Chúa Trời. Xen giữa Bữa ăn lễ Vượt Qua và việc Chúa Giê-xu bị phản bội và bị bắt, đây là nơi Chúa Giê-xu chuẩn bị để đối mặt với cái lạnh buốt da. *Ghết-sê-ma-nê* có nghĩa là "máy ép ô-liu". Những quả ô-liu được ép lấy dầu để xức cho các vị vua và các thầy tế lễ nhiều thế kỷ qua. Bây giờ, Chúa Giê-xu bước vào giai đoạn hết sức căng thẳng để Ngài được xức dầu.

Bạn tâm linh. Dù đem tất cả các môn đồ đến vườn, nhưng Chúa chỉ yêu cầu Phi-e-rơ, Gia-cơ và Giăng đi xa hơn một chút (Mác 14:33). Tại sao lại là họ? Có lẽ vì họ từng khẳng định quyết tâm và sức mạnh của mình. Gia-cơ và Giăng trước đó nói rằng họ có thể uống chén mà

Chúa Giê-xu sẽ uống (10:35–39). Phi-e-rơ từng hứa dù chết vẫn trung thành với Chúa (14:29–31). Có lẽ Chúa Giê-xu đặc biệt muốn sửa lại việc này.

Khi con gái sơ sinh của tôi lần đầu tiên từ bệnh viện trở về nhà, đứa cháu trai hai tuổi của tôi là Jackson đã làm một việc vừa dễ thương vừa ra vẻ ta đây đã lớn. Nó bắt đầu nói chuyện với con tôi theo kiểu người lớn nói với em bé. Nói kiểu người lớn nói với em bé ư? Thật ra Jackson cũng chỉ là một em bé thôi. Cháu có thể biết một vài từ, nhưng vẫn còn mặc tã, không thể tự nấu ăn và chưa phải đi làm. Cháu cũng là một em bé hệt như con gái tôi vậy. Cháu cùng một lứa với con gái tôi thôi. Tôi nghĩ Chúa Giê-xu đem Phi-e-rơ, Gia-cơ và Giăng theo để họ thấy điều tương tự.

Chúa Giê-xu không bao giờ bỏ phí cơ hội để huấn luyện các môn đồ, ngay cả khi Ngài đối diện cái chết. Thật vậy, nỗi buồn và sự đau đớn Ngài chịu là bối cảnh tuyệt vời để huấn luyện họ. Nhưng Chúa Giê-xu không chỉ huấn luyện họ. Ngài muốn cảm nhận được sự ủng hộ của họ. Chúa Giê-xu, Đức Chúa Trời thành người, không muốn sống cuộc sống trên đất một mình. Mặc dù các môn đồ không thể giúp Ngài uống chén, nhưng Ngài thấy việc họ ở cạnh Ngài là có giá trị.

Tâm thế. Khi Chúa Giê-xu đem những người được gọi là mạnh mẽ nhất theo với Ngài, Ngài không chia sẻ những lời khôn ngoan sâu sắc. Ngài chia sẻ điểm yếu của Ngài. Ngài nói với họ "Linh hồn Ta đau buồn cho đến chết, các con hãy ở đây và tỉnh thức" (Mác 14:34). Khi chúng ta cầu nguyện chung, đây chính là điều chúng ta đang làm. Chúng ta thừa nhận sự yếu đuối của mình và thú nhận chúng ta phải nhờ cậy sức Ngài. Đây là tâm thế đúng đắn khi cầu nguyện.

Chúa Giê-xu cũng cho phép chúng ta yếu đuối. Ngài châm mồi cho chúng ta kêu cầu cùng Đức Chúa Trời trong sự yếu đuối qua tấm gương của Ngài.

Áp lực. Khi Chúa Giê-xu nói rằng Ngài đến làm giá chuộc cho nhiều người (xem Mác 10:45), thì đúng là như vậy. Khi Ngài nói rằng Ngài buồn bực cho đến chết cũng vậy. Thật là một điều hết sức kinh khủng khi phải đứng trước mặt Đức Chúa Trời để khai trình tội lỗi. Nghĩ đến điều này khiến con người ta sầu não vô cùng. Bây giờ, hãy tưởng tượng đứng trước mặt Đức Chúa Trời để trả giá cho tội lỗi của toàn thế giới thì sẽ như thế nào. Đức Chúa Trời là Đấng nhân từ và thương xót, điều đó đúng! Nhưng Ngài không làm ngơ kẻ có tội mà không trừng phạt (xem Êxê 34:7). Suốt nhiều thế kỷ, Đức Chúa Trời đã hoãn sự đoán phạt lại. Nhưng bây giờ, Chúa Giê-xu uống cạn chén thịnh nộ của Đức Chúa Trời.

Đây là tin vui của Phúc âm dành cho chúng ta, những người đặt đức tin nơi Ngài: chúng ta không phải trả giá cho tội của mình nữa! Chúa Giê-xu đã uống trọn chén thịnh nộ của Đức Chúa Trời thay cho những người đặt đức tin nơi Ngài. Nếu cả thế gian quay lại và ăn năn, thì cả thế gian sẽ vui hưởng món quà cứu rỗi này. Bạn không phải trả giá vì tội của mình - dù là một tội đi nữa. Đó là tin vui mừng.

Tin cậy và thỏa lòng

Chúa Giê-xu đã dạy các môn đồ cách cầu nguyện khi bình an. Ở đây, Ngài nêu tấm gương cầu nguyện khi đau khổ. Những gì đã được dạy trong lớp học thì bây giờ được minh họa giữa khủng hoảng. Tôi thật không lấy làm ngạc nhiên khi Ryle, nhà truyền đạo già theo Anh giáo, đã nghĩ đến ví dụ này khi ông nói: "Giường hấp hối là kẻ tiết lộ bí mật cừ nhất".[2] Chúa Giê-xu nhìn thẳng vào mắt của sự chết, biết rằng số phận mình chắc chắn là như vậy. Ngài đối diện với điều đó như thế nào? Ngài quỳ gối cầu nguyện. Lời dạy của Ngài về sự cầu nguyện không phải chỉ là lý thuyết. Lời dạy đó được thử nghiệm và chứng thực là đúng. Đây là lời cầu nguyện chân thật và thuần khiết nhất.

Abba: Cha chúng con. Khi Chúa Giê-xu cầu nguyện, Ngài gọi Đức Chúa Trời là "Abba" (Mác 14:36). Lúc hết thảy chúng ta đều nghĩ Đức

---

[2]J. C. Ryle, A Call to Prayer: With Study Guide (Pensacola, FL: Chapel Library, 1998), 11, Kindle.

Chúa Trời như kẻ thù, thì Chúa Giê-xu lại dùng cách gọi thân mật nhất để gọi Đức Chúa Trời. Ngài kêu cầu Đấng mà Ngài biết sẽ lắng nghe, Đấng quan tâm đến ích lợi của Ngài. Không phải Ngài đang gọi tên một ông chủ chỉ quan tâm chuyện của mình và sẵn sàng đạp lên người làm công để kiếm lời. Ngài đang gọi Cha mình là Đấng yêu Ngài cách trọn vẹn từ ban đầu cho đến đời đời.

Giúp đỡ: Tin cậy khả năng của Đức Chúa Trời. Rồi Chúa Giê-xu kêu lên: "Mọi việc Cha đều làm được. Xin Cha cất chén này khỏi con" (Mác 14:36). Trong tuyệt vọng, đây là lúc lời cầu nguyện bắt đầu: biết rằng Đức Chúa Trời có thể thực hiện điều không thể thực hiện. Không có lời cầu nguyện nào không có điều này! Và ai biết rõ hơn Chúa Giê-xu rằng Đức Chúa Trời có thể làm điều bất khả thi?

Gần đây, khi đọc Sherlock Holmes, tôi chú ý đến điều người trợ lý của ông là John Watson đã nói. Khi gặp một vụ án bất khả thi, Watson nhận xét "tôi quá quen thuộc với thành công [của Homes] đến nỗi một chút khả năng thất bại cũng không bao giờ xuất hiện trong đầu tôi".[3] Watson đã quá quen với việc nhìn thấy Sherlock thực hiện những kỳ tích đến nỗi ông biết chắc Sherlock sẽ làm điều không thể làm được. Với Đức Chúa Trời cũng vậy. Một giáo sư chủng viện của tôi đã nói "Điều Đức Chúa Trời đã làm trong quá khứ là một hình mẫu và một lời hứa về điều Ngài sẽ tiếp tục làm trong tương lai, cho dù Ngài sáng tạo đến nỗi sẽ không làm điều gì đó hai lần theo cùng một cách".[4]

Các môn đồ muốn đặt Chúa vào chiếc hộp. Chỉ khi họ bước đi với Chúa Giê-xu thì giới hạn đó mới bắt đầu bị phá vỡ. Nước hóa thành rượu - ranh giới được mở rộng. Người mù được thấy và người què được đi – giới hạn mở rộng thêm. Năm ngàn người được ăn no nê - giới hạn mở rộng lần nữa. La-xa-rơ sống lại - giới hạn không còn! Chúa Giê-xu đang giúp những người nghi ngờ tin vào Ngài, nhưng chính Ngài thì không hề có một ranh giới nghi ngờ nào. Ngài biết

---

[3]Sir Arthur Conan Doyle, *The Greatest Adventures of Sherlock Holmes* (New York: Fall river Press, 2012), 151.

[4]Gửi lời cám ơn đến James Allman, Dallas Theological Seminary

rằng Đức Chúa Trời có thể làm điều không thể và Ngài đã cầu nguyện như vậy. Nếu có ai đó có thể cung ứng một phương cách khác, thì đó chính là Đức Chúa Trời!

Hãy nghe tôi nói đây. Chúng ta sẽ không kiên trì cầu nguyện nếu không biết chắc khả năng của Chúa. Phần lớn thất bại trong sự cầu nguyện của chúng ta là vì niềm tin phảng phất đâu đó trong chúng ta rằng Đức Chúa Trời có thể thất bại. Bởi thế, chúng ta không bao giờ cầu xin Chúa làm điều không thể làm. Thay vào đó, chúng ta chỉ theo đuổi những điều tự thân chúng ta có thể làm được.

Hy vọng: Thỏa lòng với hành động của Đức Chúa Trời. Chúa Giê-xu kết thúc lời cầu nguyện "nhưng không theo ý Con mà theo ý Cha" (Mác 14:36). Dù lời cầu nguyện có thể bắt đầu với niềm tin Đức Chúa Trời có thể làm điều không thể, nhưng chưa có sự bình an ở đó. Nếu chúng ta chỉ tưởng tượng điều Chúa có thể làm, rồi đánh giá lòng nhân từ của Ngài qua số lần Ngài làm cho chúng ta điều không thể, thì chúng ta sẽ không bao giờ tìm thấy bình an. Khả năng của Ngài khiến lòng chúng ta vút bay mà cầu xin Ngài làm điều không thể. Nhưng sự tể trị cùng sự khôn ngoan của Ngài phải giữ chúng ta dưới mặt đất. Chúng nhắc chúng ta rằng dù Đức Chúa Trời *có thể* làm điều không thể, nhưng Ngài không bị buộc phải làm - và chúng ta có thể tin cậy Ngài dù có như thế nào. Sự bình an chính là đây và chỉ có ở đây.

Bất kỳ sự sắp xếp nào khác cũng đều dẫn đến bất mãn, nhất là khi chúng ta giữ Chúa làm con tim để nhận được kết quả mà Ngài không hề hứa. Chúng ta sẽ luôn luôn thiếu bình an khi đánh giá tình yêu của Chúa dành cho chúng ta bằng số lượng những lời cầu nguyện được nhậm. Hy vọng ảo là mảnh đất màu mỡ nhất cho vụ mùa bất mãn.

Chúa Giê-xu giúp chúng ta nhìn thấy chúng ta phải dâng lòng mình cho Ngài và điều đó đòi hỏi sự kiên trì. Ghết-sê-ma-nê cho chúng ta thấy Chúa Giê-xu không thốt ra hai mươi ba từ này (theo bản Anh ngữ) chỉ một lần rồi đứng dậy đi thực hiện sứ mạng. Ngài lặp đi lặp lại nhiều lần. Chúa Giê-xu dành cả tiếng đồng hồ "nói đi nói lại một ý" (Mác 14:39). Ngài thật kiên trì.

Có những lúc kiên trì cầu nguyện cho một điều cụ thể có thể là dại dột, đặc biệt khi chúng ta không nương theo "ý Cha được nên". Tuy nhiên, Chúa Giê-xu cho chúng ta thấy kiên trì cầu nguyện không phải là thiếu đức tin. Đó có thể là dấu hiệu của đức tin lớn. Nếu tôi tin chắc Đức Chúa Trời không thể làm điều gì đó hay sẽ không làm việc gì đó, tôi sẽ không xin nữa. Nhưng kiên trì cầu nguyện cũng là cách chúng ta vật lộn với ý muốn của bản thân để thuận phục ý muốn Ngài. Kiên trì cầu nguyện là đang nói "con biết con cần theo ý muốn Ngài, nhưng con đã không theo. Chúa ơi, xin giúp con muốn điều Ngài muốn. Xin giúp con trước hết biết vâng phục".

Lòng đầu phục, tay được thêm sức

Trong khi Chúa Giê-xu tranh chiến trong sự cầu nguyện, thì các môn đồ ngủ gục (xem Mác 14:34–40). Ngài đã bảo họ phải tỉnh thức và cầu nguyện (Mác 14:38), liên kết cầu nguyện với khả năng chống cự cám dỗ. Nhưng họ đã không làm như vậy. Họ đang ở trong điều kiện thuận lợi để cầu nguyện. Họ không bị đè nặng bởi áp lực đang khiến Chúa Giê-xu phải tuôn mồ hôi như những giọt máu. Thế mà họ không qua được bài thử nghiệm lòng trung thành trong vườn, y như A-đam và Ê-va. Cũng như chúng ta, quyết tâm của họ chưa đủ mạnh.

Còn Chúa Giê-xu vật lộn trong sự cầu nguyện. Ngài dâng lòng mình cho Đức Chúa Trời và kinh nghiệm sức mạnh không thể tưởng tượng được để tiến bước (xem Lu 22:43). Qua gương của Ngài, Chúa Giê-xu nhắc chúng ta rằng dâng lòng mình cho Chúa là con đường để thêm sức mạnh cho đôi tay.

Bạn có bao giờ để ý rằng Chúa Giê-xu dường như không cần phải vật lộn để biết câu trả lời của Đức Chúa Trời dành cho điều Ngài cầu xin như chúng ta không? Một trong những điều khó khăn nhất và khó hiểu nhất về sự cầu nguyện, nhất là kiên trì cầu nguyện, là biết khi nào Ngài thật sự đã trả lời. Tôi không biết bạn thế nào, chứ tôi chưa hề nghe tiếng Chúa phán rành rành lần nào cả. Vì Ngài không thường phán theo cách đó, nên làm thế nào chúng ta biết khi nào thì tiến tới? Dường như lúc đó Chúa Giê-xu không nghe tiếng Đức Chúa Trời phán một cách rõ ràng, nhưng Ngài biết chắc câu trả lời của Đức Chúa Trời và quyết định bước tới.

Nhìn thấy đám đông giận dữ tiến tới, Chúa Giê-xu nói với các môn đồ "Các con vẫn cứ ngủ và nghỉ ngơi được sao? Đủ rồi, giờ đã đến. Này, Con Người sắp bị phản nộp vào tay những kẻ có tội. Hãy trỗi dậy, chúng ta đi. Kìa, kẻ phản ta đã đến" (Mác 14:41–42). Ở đây, Chúa Giê-xu đang dạy chúng ta một điều: ấn tượng có thể sai, nhưng ý muốn thiên thượng thì không. Chúa Giê-xu kiên trì cầu nguyện và huấn luyện môn đồ cho đến khi đám đông đến bắt Ngài (xem Lu 22:47). Tại thời điểm này, Ngài biết Đức Chúa Trời phán "Không, không còn con đường nào khác". Rồi Chúa Giê-xu bước tới theo ý muốn của Đức Chúa Trời. Đó không phải là điều Ngài cầu xin, nhưng Ngài không bỏ chạy. Ngài biết chỗ an toàn nhất là ở trong ý muốn của Đức Chúa Trời, cho dù điều đó có nghĩa là Ngài phải chết.

Chúa Giê-xu không chỉ bước theo ý muốn Đức Chúa Trời, mà các sách Phúc âm còn mô tả Chúa Giê-xu có một quyết tâm chưa từng có và thậm chí cả sự bình an khi đối diện thập hình. Tại vườn Ghết-sê-ma-nê, Chúa Giê-xu đau đớn, nhưng Ngài vẫn cam chịu thập tự giá. Chúa Giê-xu bị vả vào mặt, nhưng Ngài không trả thù. Mão gai được đội lên đầu Ngài, nhưng Ngài không lấy xuống. Ngài bị đánh, mà không cầu xin dừng lại. Ngài đủ bình tĩnh để nhìn người mẹ đang khóc rồi nói với Giăng "Con chăm sóc mẹ Ta được chứ? Mẹ ơi, Giăng sẽ là con trai của mẹ. Giăng sẽ chăm sóc mẹ chu đáo". Khi đang bị treo trên thập tự giá và nghẹt thở vì máu tràn vào phổi, Ngài không dùng chút sức lực cuối cùng để hít lấy hít để không khí hầu kéo dài sự sống thêm chút nữa. Ngài dùng những hơi thở quý báu này để nói lời bảo đảm với một tội nhân biết ăn năn đang ở cạnh mình. Ngài dùng hơi thở cuối cùng để kêu xin Đức Chúa Trời tha thứ cho những kẻ chưa biết ăn năn.

Chúng ta nhìn thấy bức tranh về một người đau đớn cầu nguyện thâu đêm và vâng phục ý muốn Đức Chúa Trời. Chúng ta thấy bức tranh về một người được ban cho sức lực và quyết tâm làm theo ý muốn Đức Chúa Trời - cho dù phải chết. Dẫu trong vườn, tổ phụ chúng ta là A-đam và Ê-va không vâng phục ý Đức Chúa Trời, nhưng Chúa Giê-xu thì không. Dù sự chịu khổ của Chúa Giê-xu là độc nhất vô nhị và không bao giờ xảy ra lần nữa, nhưng tấm gương của Ngài làm khuôn mẫu về lòng trung thành của người Cơ Đốc. Chúng ta thêm sức mạnh cho đôi tay mình bằng cách dâng tấm lòng mình. Đây là cách chúng ta mạnh mẽ bước tới.

Không có trường hợp cá biệt

Không cầu nguyện là miếng vải bịt mắt khiến chúng ta không biết những nguy hiểm xung quanh. Nó cho chúng ta cảm giác bình an giả tạo và sự can đảm ngây ngô. Nó khiến chúng ta cho rằng chúng ta không cần Chúa giúp. Các môn đồ đã có một đêm mát mẻ bình yên ngủ, còn Chúa Giê-xu đang nhìn chăm chăm vào chén thịnh nộ của Đức Chúa Trời. Cầu nguyện giúp chúng ta nhận biết những nguy hiểm xung quanh và biết mình không có sức chống cự. Nhưng cầu nguyện cũng giúp chúng ta nhận biết Đấng Cứu Giúp sẽ gìn giữ chúng ta được bình an. Chúng ta cảm thấy yếu đuối, chúng ta biết mình yếu đến khó tin, và chúng ta nhận ra sự an toàn của mình tuyệt đối không liên quan gì đến sức mạnh của chúng ta.

Câu chuyện Ghết-sê-ma-nê nói đến năng lực của sự cầu nguyện lẫn thất bại không thể tránh khỏi khi không cầu nguyện. Câu chuyện này nằm xen giữa việc các môn đồ hứa trung thành với Chúa Giê-xu và các môn đồ sợ hãi bỏ chạy. Câu chuyện này nằm giữa câu nói "Con sẽ chết vì Ngài" của Phi-e-rơ và việc ông chối Chúa. Giống như miếng sandwich chay, các môn đồ hứa hẹn mạnh miệng, nhưng rồi họ gây thất vọng nửa chừng.

Lòng trung thành của Chúa Giê-xu trong việc thực hiện nhiệm vụ Đức Chúa Trời giao gắn liền với sự cầu nguyện của Ngài. Sự bất trung của các môn đồ đi đôi với việc họ không cầu nguyện, Chúa

Giê-xu kết nối với họ khi Ngài cảnh báo các môn đồ "Hãy tỉnh thức và cầu nguyện, để các con khỏi sa vào chước cám dỗ. Tâm linh thì tha thiết, mà xác thịt lại yếu đuối" (Mác 14:38).

Ba ngày sau khi Chúa Giê-xu chết trên thập tự giá, các môn đồ kinh ngạc nhìn thấy Ngài sống lại trong thân thể phục sinh. Khi Chúa Giê-xu thực hiện điều Đức Chúa Trời kêu gọi Ngài làm, điều đó đồng nghĩa với án tử dành cho Ngài. Nhưng sự chết không phải điểm đến cuối cùng của Ngài. Và Ngài cũng hứa như vậy cho tất cả những ai đặt lòng tin nơi Ngài: năng lực để đối diện khổ đau bằng tinh thần cầu nguyện.

Trong sách Công Vụ Các Sứ Đồ, chúng ta nhìn thấy các môn đồ thực hành lời dạy và gương cầu nguyện của Chúa Giê-xu. Kết quả thật rúng động. Trong Công Vụ Các Sứ Đồ đoạn 4, Phi-e-rơ và Giăng bị đánh đập cách bất công và bỏ vào ngục vì giảng Tin lành. Họ chịu khổ vì sự công bình. Đức Chúa Trời đem họ ra khỏi ngục. Và bạn có biết họ làm gì không? Họ cùng bạn bè tập hợp lại để cầu nguyện (Công 4:23–31). Họ cầu xin điều gì vậy? Họ cầu nguyện xin Đức Chúa Trời tối cao ban cho họ sự dạn dĩ và sức lực để làm theo ý muốn Ngài.

Trong Công Vụ Các Sứ Đồ đoạn 5, họ lại bị bắt, bị đánh đập và bị cấm không được nói về Chúa Giê-xu. Nhưng họ đã rời khỏi tòa cách vui mừng. Đúng vậy, họ vui mừng! Và họ cứ tiếp tục rao giảng (xem Công 5:42). Chuyện gì đã xảy ra cho những môn đồ ngủ gà ngủ gật, không thể cầu nguyện trong vườn Ghết-sê-ma-nê?

Họ đã mở chiếc vòi năng quyền của Chúa thông qua sự cầu nguyện. Đức Chúa Trời thêm sức mạnh cho đôi tay của họ khi lòng họ thuận phục theo ý Ngài. Họ bắt đầu giống Cứu Chúa của họ. Cuối cùng họ hiểu rằng công tác biến đổi cuộc đời của Phúc âm không được thêm sức mạnh khi đứng trước mắt công chúng. Thay vào đó, nó được thêm sức mạnh qua chốn riêng tư trước mắt Đức Chúa Trời và gia đình của họ trong Đấng Christ.

6

Vinh Hiển

Vai Trò Của Sự Cầu Nguyện Trong Giờ Thờ Phượng Chung

Người tham gia, không phải người giữ vé theo mùa

Tôi nghĩ rằng mình ghét môn bóng chày. Tôi xem để chữa bệnh mất ngủ. Rồi một ngày nọ hồi còn học tiểu học, bạn bè đến nhà tôi đem theo vợt bóng chày nhôm và bóng quần vợt. Chúng tôi dùng xe hơi và cột đèn trong ngõ cụt nhà tôi làm gôn, rồi chúng tôi bắt đầu chơi bóng chày. Bạn biết sao không? Môn bóng chày cũng không tệ lắm. Thật thế, bóng chày rất tuyệt! Đột nhiên nó trở nên hấp dẫn và thú vị. Chúng tôi chơi hàng tiếng đồng hồ. Thời gian trôi thật nhanh. Không phải hồi xưa tôi ghét môn bóng chày đâu. Tôi chỉ ghét xem bóng chày thôi. Điều gì tạo sự khác biệt? Sự tham gia. Không nên đánh giá môn thể thao chỉ bằng cách ngồi xem, mà hãy tham gia vào.

Sự thờ phượng tập thể - không gian và thời gian nơi hội thánh tập trung lại để thờ phượng Đức Chúa Trời - không phải là môn thể thao để xem, để hội chúng đến ngồi thưởng thức bài hát và một sứ điệp hài hước liên quan đến họ. Đáng tiếc thay, có quá nhiều người đi nhà thờ như thể họ đang dự khán một trận thể thao mình yêu thích: những người mua vé mùa để xem thể thao. Nhưng cũng giống môn bóng chày, sự thờ phượng chung là để mọi người cùng tham gia, không phải để ngồi xem.

    Các hội thánh khác nhau đã cố gắng làm cho nhiều người tham gia giờ thờ phượng chung. Một số hội thánh tạo không gian để mọi người có thể tương tác cách ý nghĩa trước và sau giờ nhóm. Một số hội thánh còn thêm phần ác mộng dành cho những người nhút nhát, thường được gọi là thì giờ "chào hỏi nhau". Một vài hội thánh cổ vũ không khí sôi nổi trong đó hội chúng phản hồi và đáp ứng lại trong giờ giảng luận. Một số khác thì bỏ luôn phần giảng luận, xem việc độc thoại là rào cản lớn nhất đối với việc dự phần của hội chúng. Mong muốn giúp hội chúng dự phần vào giờ thờ phượng tập thể là một ước muốn tốt. Dẫu thế, những nỗ lực trên đã đánh mất mục đích của sự nhóm họp chung.

    Chúng ta họp nhau lại để cùng nhau gặp gỡ Đức Chúa Trời. Đức Chúa Trời luôn luôn muốn chúng ta biết Ngài rõ hơn qua việc chúng ta gặp gỡ nhau, nhưng chúng ta không muốn việc chúng ta gặp gỡ nhau lại lấn át sự gặp gỡ Chúa. Vì vậy, điều quan trọng là Lời Chúa phải là trọng tâm trong buổi gặp gỡ. Chúng ta nghe Lời Chúa được rao giảng, được hát, được đọc lên. Rồi chúng ta cầu nguyện đáp ứng. Chúng ta tập hợp lại để cùng nhau gặp Ngài phần lớn qua những lời cầu nguyện đáp ứng với Lời Ngài.

Cầu nguyện chung là như thế nào?

Nếu chúng ta biết mục đích của cầu nguyện là để khuyến khích mọi người cùng tham dự vào sự gặp gỡ Chúa, thì cần phải xem xét chúng ta nên cầu nguyện với nhau như thế nào. Cầu nguyện chung là cách chúng ta dạy hội thánh gắn bó với Đức Chúa Trời. Khi cầu nguyện chung, chúng ta muốn xử lý những nhận thức sai về Đức Chúa Trời, cầu xin những điều mà nhiều người trong chúng ta lãng quên và cho thấy rằng sự cầu nguyện "chất lượng" không đòi hỏi nhiều thời gian.

    Chúng ta không thể mặc định rằng mọi người đều biết cầu nguyện. Đó là lý do mỗi tuần lời cầu nguyện của chúng ta cần khác nhau.

Có bốn hình thức cầu nguyện được Kinh thánh truyền dạy và nêu gương và cả bốn phải định hình thì giờ cầu nguyện chung của chúng ta. Tôi không nghĩ rằng có hình thức nào trong bốn hình thức này là mới mẻ đối với bạn. Nếu bạn từng đi nhà thờ, bạn sẽ nghe nói đến khuôn mẫu cầu nguyện ACTS (chữ viết tắt của khuôn mẫu này giống với tên sách Công Vụ Các Sứ Đồ trong tiếng Anh): chúc tụng (Adoration), xưng tội (Confession), cảm tạ (Thanksgiving) và cầu xin (Supplication). Mặc dù có thể không mới, nhưng việc kết hợp những hình thức cầu nguyện này trong giờ thờ phượng chung là điều cần thiết để tạo bầu không khí giúp mọi người cùng tham gia trong giờ thờ phượng Chúa.

Chúc tụng: bạn có biết mình đang nói chuyện với ai không?

"Em có biết đang nói chuyện với ai không? Em phải biết tôi là ai chứ!" Tôi nghe câu này vô số lần khi còn nhỏ. Tôi thường nghe câu này khi nói điều gì đó không đúng hoặc cư xử không đúng mực với giáo viên, với người dạy mình hay với ai đó có thẩm quyền. Đó có thể là lời trách mắng, nhưng cũng có thể là lời khích lệ. Tôi nhớ thỉnh thoảng đã phải đến xin lỗi mẹ vì đã làm những điều sai với mẹ. Tôi đến với vẻ nhút nhát sợ hãi, nhưng mẹ đáp lại tôi thật nhân từ "Con không biết mình đang nói chuyện với ai sao?" Đó là một câu hỏi tu từ nhằm nhắc tôi nhớ bà là ai - là người mẹ yêu dấu. Nhớ mẹ là ai là liều thuốc giải sự lo lắng của tôi. Cũng vậy, đây là mục đích của những lời cầu nguyện chúc tụng.

Cầu nguyện ngợi khen là nền tảng cho thì giờ chúng ta gặp gỡ nhau. Nhưng nó lại thường bị bỏ qua khi chúng ta cầu nguyện chung. Trong hội thánh, lời cầu nguyện chúc tụng thường được nói đầu tiên. Chúng ta muốn xác định trong lòng rằng thật là một vinh dự khi được nói chuyện với Đức Chúa Trời. Sự thân thuộc với Chúa là một tặng phẩm, nhưng sự thân thuộc ấy có thể nhanh chóng biến thành sự suồng sã. Trước khi chúng ta kêu cầu Chúa thực hiện những lời hứa giao ước của Ngài, chúng ta cần được nhắc nhở rằng chúng ta đang nói chuyện với một Đức Chúa Trời giữ lời hứa. Vì sự hy sinh vĩ đại của Chúa Giê-xu mà chúng ta có thể dạn dĩ đến cùng Đức Chúa Trời. Nhưng chúng ta cũng nên đến với lòng khiêm nhu.

Trong lời cầu nguyện ngợi khen, chúng ta cần nhớ Chúa là Đấng như thế nào, chứ không chỉ nhớ những việc Ngài đã làm cho chúng ta. Chúng ta ngợi khen Ngài về những thuộc tính và bản tính của Ngài - thuộc tính thánh khiết, hiền lành, nhân từ và cả thịnh nộ của Ngài. Sự diệu kỳ của những lời cầu nguyện này không đơn thuần đến qua việc nhắc lại từng thuộc tính của Đức Chúa Trời, mà là mở chúng ra. Lời cầu nguyện chúc tụng ngay đầu giờ nhóm thổi đi những đám mây cảm xúc bình bình và sự buồn tẻ.

Một Giáng sinh nọ, vợ tôi nhận được một gói quà từ người bạn thân. Gói quà được đặt dưới cây thông khoảng một tuần. Khi ngắm nghía hộp quà được gói bằng giấy gói quà, cô ấy không cảm thấy cực kỳ yêu thích món quà ấy gì cả. Nhưng ngay khi mở giấy gói ra và nhìn thấy món quà bên trong, những giọt nước mắt vui mừng lăn xuống hai gò má. Điều gì đã làm cô ấy thay đổi? Khi món đồ đựng trong hộp được khui ra, cô ấy nhìn thấy bản chất thật của món đồ bên trong hộp và không thể cầm nước mắt.

Đây là điều chúng ta làm khi cầu nguyện ngợi khen. Chúng ta mở ra bản tính của Đức Chúa Trời một cách chính xác, tỉ mỉ và thậm chí là bằng cả trí tưởng tượng. Lớp sương mù thờ ơ tan biến, buổi thờ phượng của chúng ta tràn ngập niềm vui.

Chúng ta phải mong ước ngợi khen Chúa cách cụ thể chứ không phải chung chung. Điều này giúp giảm thiểu những cụm từ rỗng tuếch mà người ta hay dùng. Nó cũng làm đầy những chỗ trống mà người ta hay tự đưa vào những định nghĩa riêng về Đức Chúa Trời. Ví dụ, chúng ta ngợi khen Chúa vì Ngài còn đến đời đời. Bởi vì Ngài hiện hữu từ ban đầu cho đến đời đời, nên Ngài là Đức Chúa Trời (xem Thi 90:2). Ngài ngồi trên ngai mãi mãi. Ngài chứng kiến sự ra đời của từng kẻ cai trị độc ác. Ngài biết họ từ khi họ còn là con trẻ.

Ngài biết ngày họ sẽ được chôn cất. Không ai có thể đe dọa Ngài. Họ đến rồi đi, nhưng ngôi Ngài sẽ còn mãi. Địa vị của Ngài được bảo đảm. Ngài không hề quyết định việc gì vì sợ rằng ai đó sẽ chiếm lấy vị trí của Ngài. Ngài không bao giờ rơi vào tình trạng khó xử, nghĩa là chúng ta có thể tin rằng Ngài không có động cơ ngầm nào khi ra lệnh cho chúng ta. Chúng ta nên hiểu tất cả những đặc tính bất diệt này trong lời cầu nguyện chúc tụng.

Nghiên cứu sâu những thuộc tính của Đức Chúa Trời nghĩa là chúng ta phải chú ý đến những thuộc tính mà thỉnh thoảng chúng ta cảm thấy bị cám dỗ phải vì chúng mà xin lỗi. Điều đó cho thấy chúng ta phải yêu mến chúng. Hãy nghĩ đến cơn giận và cơn thịnh nộ của Đức Chúa Trời. Khi chúng ta ca ngợi Ngài về những điều này trong giờ thờ phượng chung là chúng ta được nhắc nhở rằng Đức Chúa Trời yêu mến sự công bình. Thịnh nộ không phải một trách nhiệm pháp lý. Đó là bằng chứng về sự bảo vệ của Ngài. Cơn giận của Ngài vì tội lỗi nhắc chúng ta rằng Ngài bảo vệ kẻ yếu. Việc Ngài không thể làm ngơ trước tội lỗi và cách Ngài trừng phạt điều ác thật đáng sợ bởi vì chúng ta sợ mình có thể dễ dàng trở thành đối tượng của cơn thịnh nộ của Ngài. Nhưng với những ai nương náu mình dưới sự bảo vệ của Ngài qua Con Ngài, thì chúng ta biết rằng đức thánh khiết của Ngài bảo vệ chứ không phải hình phạt chúng ta.

Bạn có biết bạn đang nói chuyện với ai không? Tôi không dám chắc mọi người đến trong giờ thờ phượng chung đều biết điều này. Dù có biết, thì chúng ta cũng có thể quên. May thay, lời cầu nguyện chúc tụng nhắc chúng ta nhớ.

Xựng tội: Tôi cũng vậy!

Nếu chúng ta chúc tụng Ngài cách đúng đắn, thì xưng tội trở thành phản xạ của linh hồn. Khi chúng ta suy niệm về đức thánh khiết và nhân từ của Đức Chúa Trời, thì tình trạng tội lỗi của chúng ta sẽ trở nên rõ ràng. Khi chúng ta suy niệm về ân điển và ơn tha thứ của Chúa qua Đấng Christ, chúng ta được dẫn đến việc xưng tội.

Sáng Thế Ký đoạn 3 không phải là đoạn sách được viết lại từ bản gốc của Đức Chúa Trời để tạo kịch tính hơn cho phần còn lại của Kinh thánh. Phân đoạn này được viết để chuẩn bị cho kế hoạch tha thứ tội nhân của Đức Chúa Trời. Khi Môi-se muốn được nhìn thấy vinh hiển của Đức Chúa Trời, điều đầu tiên Đức Chúa Trời chứng thực về mình ấy là: Ngài là Đức Chúa Trời hay tha thứ (xem Xuất 34:6–7). Ngài không cần bị ai ép buộc phải tha thứ. Tha thứ là điều Ngài nghĩ ra. Ngài đã dự liệu để kẻ có tội bị trừng phạt và cho dân sự Ngài được kinh nghiệm ơn tha thứ - tất cả đều không làm tổn hại đến đức thánh khiết của Ngài. Ngài đã làm điều này qua Chúa Giê-xu, Đấng thay thế chúng ta (xem Rô 3:21–26). Ơn tha thứ của Đức Chúa Trời khuyến khích chúng ta thẳng thắn nhìn nhận lỗi lầm của mình. Hãy nghĩ đến người con trai hoang đàng, khi "tỉnh ngộ" đã nhớ về bản tính rời rộng của cha (Lu 15:17–19). Lòng tốt của cha thúc giục đứa con quay về và nhận tội.

Khi nghe thành viên trong hội thánh xưng tội, chúng ta nên tự nghĩ "tôi cũng vậy". Chúng ta thường giảm tội của mình xuống mức tối thiểu, nhưng phóng to tối đa tội của người khác. Nhưng khi nghe người khác xưng tội, chúng ta bắt đầu nhìn thấy những điều chúng ta gạt qua trong tuần rồi thật sự tồi tệ hơn chúng ta nghĩ. Chúng ta được nhắc nhở rằng chúng ta đã hy vọng tìm niềm vui ở những điều khác nhiều đến thế nào. Chúng ta bị buộc phải ngồi xuống, lắng nghe và tâm trí được nhắc nhở đủ để thốt lên "Con cũng vậy! Con cũng vậy! Con cũng vậy! Con đã làm những điều còn tệ hơn họ nói nữa".

Một cộng đồng thường xuyên xưng tội cùng nhau là một cộng đồng vui vẻ, tăng trưởng, nhân từ và có nền móng.

Cộng đồng vui vẻ. Mục đích của xưng tội là để dẫn đến sự thờ phượng, nhưng vì nó thách thức chúng ta khám phá mặt tối của lòng mình, nên chúng ta thường bỏ qua. Thay vì làm chúng ta thất vọng, xưng tội thật sự dẫn chúng ta đến sự vui mừng. Sự thành tín và nhân từ của Chúa đặc biệt chiếu sáng trên cái nền là thất bại của chúng ta. Thi Thiên 32 và 51, hai thi thiên nổi tiếng về sự ăn năn, cũng là những lời mô tả tuyệt vời về niềm vui khi được Chúa tha thứ. Sau khi tác giả thi thiên xưng tội, thì kẻ tội nhân từng mang mặc cảm tội lỗi ấy kêu gọi mọi người mà ông biết hãy bước vào sự tha thứ mà ông tìm thấy trong Đức Chúa Trời này (xem Thi 32:11; 51:14).

Bây giờ hãy nhân kinh nghiệm này với số lượng thuộc viên trong hội thánh bạn. Bạn có thể tưởng tượng niềm vui nhiều đến mức nào không?

Cộng đồng tăng trưởng. Cùng nhau ăn năn cũng là một động cơ lớn thúc đẩy công tác truyền giảng. Thi Thiên 130 cho chúng ta bức tranh hoàn hảo này. Từ câu 1 đến câu 6, tác giả thi thiên kêu cầu Chúa giúp đỡ, nhận được sự giúp đỡ rồi đặt hy vọng vào Lời Ngài. Câu 7–8 cho thấy phản ứng của ông trước sự giúp đỡ của Chúa. Giờ đây tác giả thi thiên muốn cả dân tộc kinh nghiệm ơn tha thứ cùng tình yêu của Ngài. Ơn tha thứ của Đức Chúa Trời tuyệt vời đến nỗi không thể giữ cho riêng mình và nó chân thành đến nỗi không thể không áp dụng cho mọi người. Khi cả một tập thể kinh nghiệm ơn tha thứ qua sự xưng tội, thì sứ điệp Phúc âm được áp dụng cách cá nhân và được rao truyền cách công khai. Cộng đồng tự do xưng tội với nhau sẽ hăm hở chia sẻ với nhau kết quả của sự tự do đó. Cộng đồng này vẫy gọi một thế giới đang chết mất "Hãy đến! Hãy nếm biết sự tha thứ mà chúng tôi đang nếm trải".

Cộng đồng nhân từ. Như chúng ta đã thấy trong Bài Cầu Nguyện Chung, bạn không thể hô to sự tha thứ của Chúa nếu bạn không sẵn lòng tha thứ người khác. Cộng đồng gồm những con người xưng tội với nhau là cộng đồng không ngừng được nhắc nhở rằng chính họ là những tội nhân cần ơn tha thứ của Chúa mỗi ngày. Vì vậy, chúng ta không chỉ kiên nhẫn và cảm thông với người có lỗi với mình, mà chúng ta cũng mong nhận được như vậy. Chúng ta được nhắc nhở rằng lời xin lỗi của chúng ta không phải là điều kiện tiên quyết để được Chúa tha thứ. Do đó, chúng ta cũng không nên đòi hỏi người có lỗi với mình xin lỗi thì mới tha cho họ. Sự ganh ty, xung đột và đua tranh không còn nữa khi chúng ta xưng tội cùng nhau. Một cộng đồng xưng tội trong tinh thần cầu nguyện là một cộng đồng bình an.

Cộng đồng có nền móng. Xưng tội đem mọi người trở về với thực tại. Chúng ta nhận ra rằng nếu chúng ta thật sự ở chỗ thấp kém, thì không thể đối xử với bất kỳ ai cách trịch thượng. Khi chúng ta được "người đáng kính nhất" trong vòng chúng ta dẫn chúng ta vào sự cầu nguyện xưng tội, thì không ai thấy cần phải diễn cả. Khi lãnh đạo hội thánh xưng nhận những yếu đuối của họ, thì thuộc viên hội thánh không xem những nhược điểm của họ là điều gì đó xa lạ hay yếu kém. Cầu nguyện xưng tội nhắc nhở Cơ Đốc nhân có lương tâm yếu đuối hơn rằng mọi cám dỗ từng bắt phục họ chỉ là những cám dỗ mọi người đều gặp, kể cả những người họ kính nể nhất. Sự xưng tội tập thể tạo một sân chơi bình đẳng, là lời chứng tuyệt vời cho cả người Cơ Đốc lẫn người chưa tin.

Tạ ơn: Sao lại là con?

Qua lời cầu nguyện chúc tụng, chúng ta nhớ rằng Đức Chúa Trời không có bổn phận làm bất kỳ điều tốt lành nào cho bất kỳ ai trong chúng ta. Qua lời cầu nguyện xưng tội, chúng ta nhớ rằng Đức Chúa Trời đã làm cho chúng ta điều Ngài không có bổn phận phải làm. Ngài đã dựng nên chúng ta, chăm sóc chúng ta, chu cấp cho chúng ta, tha thứ chúng ta và nhận chúng ta làm con - còn nhiều điều nữa. Ngài nhân từ với toàn thể tạo vật theo nhiều cách. Nhưng Ngài đặc biệt nhân từ với con cái Ngài. Ngài ngồi trên các tầng trời và làm điều Ngài vui lòng. Ngài hài lòng khi làm điều tốt cho chúng ta bất chấp tội lỗi của chúng ta. Đó chính là lý do để ca ngợi Ngài.

Đáp ứng đúng đắn duy nhất với ân điển là lòng biết ơn. Nhưng chúng ta thường đáp ứng với ân điển bằng việc cho rằng đó là quyền được hưởng của mình, thể hiện rõ ràng nhất qua thái độ lằm bằm của chúng ta. Cách hay nhất để nhìn thấy liệu trong lòng chúng ta tràn đầy lòng biết ơn hay tràn ngập thái độ cho rằng đó là quyền được hưởng của mình là xem thử chúng ta muốn nói gì khi đặt câu hỏi "Tại sao là con?". Tấm lòng cho mình quyền được hưởng đặt câu hỏi "Tại sao là con?" với ý nghĩa "Chúa ơi, sao Ngài không nhậm lời cầu xin của con theo cách con muốn?" Còn tấm lòng khiêm nhường sẽ hỏi "Tại sao là con?" với ý "Chúa ơi, sao Ngài lại tốt với con đến thế? Con không xứng đáng với Ngài hay với bất kỳ quà tặng nào của Ngài." Dành thời gian cám ơn Chúa chung với nhau về những điều cụ thể Ngài đã làm cho chúng ta sẽ nuôi dưỡng những tấm lòng hạ mình và biết ơn. Qua lời cầu nguyện tạ ơn, những ai lầm bầm được mời gọi đếm các ơn phước và được nhắc nhở rằng chúng đang có được những điều mình không đáng có được. Và đó là lý do để tạ ơn Chúa.

Cảm tạ là thì giờ quan trọng trong buổi nhóm ngày Chúa Nhật, vì một tâm linh đau khổ có thể là rào cản lớn đối với việc nghe lời nhân từ của Chúa (xem Xuất 6:9). Một đồng xu cũng có thể che mất ánh mặt trời nếu chúng ta đưa nó sát đôi mắt của mình. Cũng vậy, những nan đề có thể khiến chúng ta không nhìn thấy vinh hiển của Chúa nếu chúng ta cứ chăm chú vào đó.

Thỉnh thoảng, tôi suy ngẫm về sự toàn năng của Đức Chúa Trời, rồi ngẫm đến tất cả những thứ đổ vỡ trong thế giới này cũng như trong đời sống tôi rồi cằn nhằn. Nhưng khi nhìn thấy anh chị em mình cảm tạ Chúa dù đối diện (và thậm chí là cảm tạ Chúa về) nhiều khó khăn khác nhau trong đời sống họ, thì lòng tôi tràn ngập sự biết ơn và vui mừng. Chúng ta ao ước hội thánh biết đau buồn trước điều sai trái trong thế gian nhưng luôn vui mừng vì bản tính và những lời hứa của Đức Chúa Trời (xem 2 Cô 6:10). Lời tạ ơn khiến cho sự rực rỡ của vinh quang Chúa rạng ngời hơn hẳn những nan đề cỡ đồng xu của chúng ta.

Cầu thay/ Cầu xin: Chúng con cần ngài giúp đỡ!

Sau khi đã cầu nguyện tất cả những điều ở trên, chúng ta được nhắc nhở rằng Đức Chúa Trời được vinh hiển khi chúng ta nương dựa nơi Ngài. Ngài chăm sóc những người chọn Ngài làm nơi nương náu (Na 1:7). Có quá nhiều điều đè nặng lên chúng ta, nhất là trong thời đại của các phương tiện truyền thông đại chúng. Nan đề cá nhân trộn lẫn với các vấn nạn xã hội. Truyền thông xã hội bước vào hỏi "Anh có nghe... thêm một trường hợp cho thấy tính tàn bạo của cảnh sát... thêm một luật vừa được thông qua biến những giá trị Cơ Đốc thành điều tồi tệ... thêm một cuộc bầu cử phân thành hai phe đối lập... thêm thất bại về đạo đức của một nhà lãnh đạo Cơ Đốc... thêm một vụ tử đạo ... thêm một ca sẩy thai... thêm một người bạn bị chẩn đoán ung thư không?" Danh sách còn nhiều nữa. Mặc dù chúng ta không muốn tránh né những cuộc trò chuyện về những vấn đề này, nhưng chúng ta vẫn muốn bắt đầu chuyện trò với Đấng ở trên chúng ta. Lời cầu xin trong giờ thờ phượng chung cho phép chúng ta tâm sự với Đức Chúa Trời.

Trong hội thánh của tôi, tín hữu là người hướng dẫn cầu nguyện ngợi khen, xưng tội và cảm tạ. Là mục sư, chúng tôi hướng dẫn phần cầu xin. Chúng tôi làm như vậy để mở rộng tầm nhìn về điều mà cộng đồng chúng tôi tin rằng mình có thể cầu nguyện với Chúa. Trong kỷ nguyên Cơ Đốc giáo "bị thuần hóa", chúng ta nhận ra rằng con người có khuynh hướng khá giới hạn điều họ cầu xin. Chúng ta muốn chứng tỏ rằng cầu xin Chúa những việc như chữa lành bệnh tật thì không sao. Lặp đi lặp lại một lời cầu nguyện cũng không sao. Cầu xin Chúa điều này điều kia mà không cần lúc nào cũng phải nói "nếu Chúa muốn" cũng không sao. Dĩ nhiên, trên hết mọi sự chúng ta muốn mình cũng ao ước điều Chúa ước ao. Nhưng nhiều người trong chúng ta nghi ngờ khả năng lẫn khát khao làm những việc lớn của Chúa trong đời sống chúng ta. Chúng ta muốn phô bày sự vĩ đại của Chúa Giê-xu bằng cách cầu xin những điều to tát trong danh Ngài. Đôi khi, trong sự tể trị của Chúa, Ngài trả lời "Không"- và qua đó chúng ta cùng nhau tăng trưởng. Nhưng chúng ta cũng cầu xin Chúa những điều to lớn, rồi nhìn thấy Ngài đáp lại vượt hơn cả mọi điều chúng ta cầu xin hay suy tưởng. Dù là trường hợp nào, thì đức tin của chúng ta cũng mạnh mẽ hơn khi cùng nhau cầu xin Chúa giúp đỡ.

Thực hành

Có thể bạn nhìn thấy sự cần thiết và lợi ích của tất cả những lời cầu nguyện này, nhưng vẫn thắc mắc "Tôi áp dụng tất cả những điều này vào giờ thờ phượng của hội thánh như thế nào?" Sau đây là ba chỉ dẫn có thể hữu ích đối với bạn.

Thứ nhất, khuyến khích tinh thần dự phần vào sự thờ phượng không đồng nghĩa với việc không cần người hướng dẫn. Những hội thánh chưa quen với việc thực hiện bốn lời cầu nguyện này trong giờ nhóm hằng tuần cần có người hướng dẫn để làm mẫu. Đây không phải lời cầu nguyện cá nhân, mà là hướng dẫn cả hội thánh cùng cầu nguyện với nhau. Vì vậy, mục sư nên lưu tâm đến tâm tính cũng như khả năng của những người mình mời hướng dẫn cầu nguyện.

Thứ nhì, những người hướng dẫn cầu nguyện chung thường phải dành thời gian để chuẩn bị. Dù bạn không muốn người hướng dẫn đọc nguyên một bài luận rồi gọi đó là cầu nguyện, nhưng bạn cũng không muốn họ nói nhanh như gió. Sự chuẩn bị giúp họ không nói lan man, cũng không lặp đi lặp lại một cách thiếu suy nghĩ. Nó giúp người ta cầu nguyện một cách nghiêm túc, hết lòng, với sự cảm thông và sâu sắc. Sự chuẩn bị giúp mọi người tham gia lắng nghe bằng cách khiến họ tập trung chú ý. Gặp gỡ Đức Chúa Trời đòi hỏi sự tập trung, suy nghĩ và rõ ràng. Hãy giúp những người cầu nguyện nhận biết tầm quan trọng của những điều họ đang chuẩn bị thực hiện: hướng dẫn dân sự Chúa thờ phượng Ngài.

Thứ ba, chậm lại, đừng vội vàng. Cầu nguyện là phần trọng yếu của buổi nhóm mà chúng ta không thể bỏ qua hoặc làm cho mau lẹ.

Sự tương giao đa dạng

Là một hội thánh, chúng ta muốn mọi người đều cùng thờ phượng. Chúng ta muốn phô bày tính đa dạng của dân sự Chúa, trò chuyện với Ngài theo nhiều cách khác nhau. Chúng ta muốn cộng đồng và khách viếng thăm thấy rằng lời cầu nguyện ý nghĩa có thể diễn ra trong một khoảng thời gian ngắn theo nhiều hình thức khác nhau. Tất cả đều có thể diễn ra khi sự cầu nguyện được nhấn mạnh trong giờ nhóm ngày Chúa Nhật.

Đức Chúa Trời muốn có mối liên hệ mật thiết với dân sự Ngài. Mối liên hệ càng sâu đậm, thì sự tương giao càng đa dạng. Chúng ta khám phá sự diệu kỳ trong bản tính Đức Chúa Trời thông qua lời cầu nguyện chúc tụng. Chúng ta trân quý lòng thương xót của Ngài qua lời cầu nguyện xưng tội. Chúng ta suy ngẫm về tất cả những điều Ngài đã làm cho chúng ta qua lời cầu nguyện cảm tạ. Chúng ta dựa nương nơi Ngài và cảm nhận sức mạnh của Ngài qua lời cầu xin. Khi đưa tất cả những lời cầu nguyện này vào giờ nhóm ngày Chúa Nhật, chúng ta phô bày chiều rộng và chiều sâu của mối liên hệ giữa chúng ta với Chúa.

Khi mới bước vào chức vụ chăn bầy, tôi đến thăm một hội thánh mà phong cách thờ phượng hầu như không phải là phong cách mà tôi yêu thích, kể cả âm nhạc và phong cách giảng. Nhưng họ cầu nguyện như tôi đã mô tả trong chương này. Cầu nguyện đóng vai trò quan trọng trong giờ nhóm của họ. Tôi chưa từng trải nghiệm cảm giác được dự phần dù ngồi ở hàng ghế nhà thờ như tôi cảm nhận trong buổi nhóm đó. Tôi ra về không chỉ cảm thấy mình đã nhận được điều gì đó, mà cảm thấy mình đã dự phần vào một điều gì đó, đó là sự thờ phượng. Hội thánh này mời gọi tôi cùng gặp gỡ Đức Chúa Trời với dân sự Ngài. Điều này tựa như môn bóng chày vậy. Điều có thể khiến tôi thấy nhàm chán khi chỉ đứng nhìn lại hấp dẫn tôi khi tôi tham gia. Chúng ta nếm biết vinh hiển của Đức Chúa Trời một cách đặc biệt khi chúng ta cùng nhau dự phần vào sự thờ phượng chung thông qua việc cầu nguyện.

— 7 —

Dựa Vào Ta

Vai Trò Của Sự Cầu Nguyện Trong Công Tác Chăm Sóc

Nương dựa hay học hỏi

Đó là năm 1992. Tôi lên tám tuổi và vừa mới xem xong chương trình Thế Vận Hội Mùa Hè. Tôi quyết định sau này lớn lên sẽ trở thành một huấn luyện viên thể dục. Nhưng việc đầu tiên phải làm là: học cách lộn ngược trên không. Tôi vào thư viện của trường, đoán mã trong cách phân loại sách thư viện và tìm được một quyển về thể dục. Tôi lật nhanh đến phần nói về lộn ngược (back handspring), đọc đi đọc lại, rồi nghiên cứu hình vẽ. Sau giờ học, tôi đem tấm nệm của mình trên lầu ra bãi cỏ phía trước và thử cú lộn ngược đầu tiên của mình.

Tua nhanh vài đoạn, bạn sẽ thấy tôi đi khập khiễng. Rõ ràng, lộn ngược nói thì dễ hơn làm. Tôi phải luyện tập. Tôi phải học cách dùng tay chịu sức nặng của cả thân hình khi lộn ngược ra sau giữa không trung.

Hóa ra bạn không thể học (hoặc dạy) về sự phụ thuộc theo kiểu mô phạm. Không thể có được sự phụ thuộc bằng cách học gạo mà cần phải phó thác. Như tôi không thể học lộn ngược bằng cách đọc sách thế nào, thì bạn cũng không thể dạy hội thánh tin cậy Chúa chỉ bằng những lời xác nhận thế ấy. Cần phải thực hành và cầu nguyện chính là cách thực hành. Một hội thánh thực hành cầu nguyện thì không chỉ là một hội thánh chịu học, mà còn là một hội thánh biết nương cậy Chúa. Đó không chỉ là một hội thánh có sự thông biết, mà còn là một hội thánh biết cảm thông. Chúng ta học lệ thuộc Chúa bằng cách cùng nhau nương dựa vào Ngài.

Buộc phải dựa

Hội thánh chúng tôi buộc phải dựa vào Chúa. Sự đau khổ trước đó của hội thánh chúng tôi khiến cho việc phụ thuộc vào Chúa trở thành điều hiển nhiên. Chín tháng đầu tiên của chúng tôi không phải toàn những lễ cưới, sinh nhật, thuộc viên mới gia nhập và những người mới tin. Sự sôi nổi phấn khích, vốn là đặc điểm của nhiều hội thánh mới mở với những người trong độ tuổi hai mươi - ba mươi, không hề có ở đây. Thay vào đó, hội thánh ảm đạm như mùa đông Seattle. Tháng Ba, mẹ và người cố vấn của một thuộc viên trong hội thánh qua đời. Sang tháng Tư, em trai tôi mất. Rồi tháng Năm, chị của một thành viên khác trong hội thánh mất vì ung thư. Ngày 7 tháng 6 năm 2015, ngày hội thánh chúng tôi chính thức nhóm họp, thì tôi nhận tin bà của vợ tôi vừa qua đời.

Tháng Bảy, Tám, Chín và Mười cũng như vậy. Có những lúc có những nốt thăng, chẳng hạn như lễ báp-tem vào tháng Mười cho một thuộc viên năm mươi ba tuổi bị ung thư. Đức Chúa Trời đã dùng căn bệnh này để giúp bà nhận biết tội lỗi của mình. Rồi vào ngày 30 tháng 1 năm 2016, cũng chính căn bệnh ung thư giúp bà đến với Chúa Giê-xu ấy lại giật lấy bà khỏi tay chúng tôi để bà gặp Cứu Chúa của mình mặt đối mặt. Chúng tôi vui mừng khi làm báp-tem cho bà và đau đớn khi chôn cất bà sau đó vài tháng.

Cuộc sống đã làm chúng tôi tê liệt. Niềm vui trở nên khan hiếm. Nỗi đau cận kề. Chúng tôi buộc phải học nương dựa nơi Chúa nghĩa là gì khi chăm sóc lẫn nhau. Chúng tôi không có những lời khôn ngoan hay nguồn trợ giúp đầy đủ để đáp ứng nhu cầu của mọi người. Chúng tôi không được trang bị tốt để giải quyết những gánh nặng chúng tôi đã cam kết mang lấy. Qua những việc này, chúng tôi học được một bài học: khi cuộc sống đánh gục bạn, đừng vội đứng lên.

Thay vào đó, hãy mau mau nhìn lên Chúa trong sự cầu nguyện. Trong ngôi trường hoạn nạn, chúng ta học cách nương cậy Chúa.

Câu hỏi tôi đặt ra cho bạn là: trong hội thánh bạn, mọi người thật sự học cách nhờ cậy Chúa là khi nào? Có không gian nào giúp họ học phụ thuộc vào Chúa không? Có thì giờ nào được dành riêng cho việc này không? Hay mọi người mặc định rằng họ sẽ nghe theo những chỉ dẫn và biểu đồ được trình bày trong giờ giảng luận, rồi tự thực hành? Cảm tạ Chúa, chúng ta không cần phải trở thành những nhà cải cách. Chúng ta không cần phải nghĩ ra những chiến lược hay kế hoạch mới để giúp mọi người học biết ý nghĩa của việc nhờ cậy Chúa. Chúng ta chỉ cần trở thành những người tìm hiểu những chiến lược Đức Chúa Trời đã vạch ra. Ngay cả khi chúng ta lướt qua Lời Chúa, thì chúng ta cũng sẽ thấy rằng giải pháp đã nằm ngay dưới mũi mình.

Tập chú vào điều rõ ràng

Một trong những bài học quan trọng nhất tôi nhận được khi nói về chuyện học Kinh thánh được thể hiện qua từ viết tắt FOTO (Focus On The Obvious), có nghĩa là Tập Chú Vào Điều Rõ Ràng. Bước đầu tiên khi học Kinh thánh phải là tìm kiếm những ý rõ ràng dễ hiểu đối với người đọc. Đừng bắt đầu với chiếc kính lúp. Hãy bắt đầu với ảnh chụp trên không. Để hiểu tầm quan trọng của sự cầu nguyện trong đời sống hội thánh, chúng ta chỉ cần bay lướt qua sách Công Vụ.

Rõ ràng chi tiết là yếu tố quan trọng. Cả Kinh thánh đều được Đức Chúa Trời linh cảm và Ngài cẩn thận chọn lựa những người viết Kinh thánh. Lu-ca, thầy thuốc viết sách Lu-ca và Công Vụ các Sứ Đồ, tỉ mỉ trong việc ký thuật chi tiết và theo thứ tự cuộc đời Chúa Giê-xu (xem Lu 1:1–4) và sự thành lập hội thánh (xem Công 1:1–3). Ông muốn thính giả của mình biết chắc về những điều ông đã học.

Lu-ca mô tả đặc điểm của hội thánh là một dân hay cầu nguyện. Chỉ cần đọc lướt qua sách Công Vụ Các Sứ Đồ chúng ta cũng thấy tràn ngập thì giờ cầu nguyện chung.

- Các môn đồ thường xuyên cầu nguyện chung với nhau và cầu xin sự khôn ngoan để chọn một người lãnh đạo khác thay thế Giu-đa. (1:12–26)
- Hội thánh thường xuyên cầu nguyện với nhau như nhịp sống thường ngày. (2:42–47)
- Phi-e-rơ và Giăng (cùng nhau) đi lên đền thờ trong giờ cầu nguyện. (3:1)
- Hội thánh cầu xin được mạnh mẽ khi đối diện sự bách hại. (4:23–31)
- Hội thánh cầu xin Chúa ban phước cho những lãnh đạo được chọn. Các sứ đồ chuyên tâm với việc cầu nguyện chung. (6:1–6)
- Ê-tiên, người tuận đạo đầu tiên, cầu xin Chúa tha thứ cho những kẻ giết ông. (7:59–60)
- Phi-e-rơ và Giăng cầu nguyện chung với các thánh đồ tại Sa-ma-ri để họ nhận lãnh Đức Thánh Linh. (8:14–15)
- Phi-e-rơ ra lệnh cho Si-môn ăn năn và cầu nguyện xin Chúa tha thứ ý định trong lòng ông. Si-môn muốn Phi-e-rơ cầu nguyện cho ông. (8:22–24)
- Phi-e-rơ cầu nguyện và chứng kiến người phụ nữ sống lại. (9:40)
- Cọt-nây không ngừng cầu nguyện với Chúa, Ngài đã hướng dẫn ông đến với sự cứu rỗi (10:1–8)
- Phi-e-rơ tuân theo thời khóa biểu cầu nguyện của mình và Đức Chúa Trời chỉ cho ông thấy thành kiến cũng như cái nhìn hạn hẹp của ông về Ngài. (10:9–23
- Hội thánh cùng cầu xin Chúa giải cứu Phi-e-rơ (12:1–5)
- Phi-e-rơ được giải cứu và đi đến buổi nhóm cầu nguyện. (12:12)
- Hội thánh kiêng ăn cầu nguyện xin Chúa phát triển công trường của Ngài. (13:1–3)
- Phao-lô và Ba-na-ba chỉ định các trưởng lão và dâng họ cho

Chúa qua sự kiêng ăn cầu nguyện. (14:23)
- Phao-lô, Si-la và Lu-ca cùng đi đến chỗ cầu nguyện. (16:16)
- Phao-lô và Si-la cầu nguyện với nhau trong tù. (Không gì có thể ngăn cản những con người này cầu nguyện với nhau). (16:25)
- Phao-lô cầu nguyện với các mục sư khi ông chuẩn bị rời hội thánh. (20:36)
- Phao-lô cầu nguyện với gia đình của Đức Chúa Trời trước khi ông xuống thuyền đi đến Giê-ru-sa-lem. Cuối cùng đây là chuyến đi mà quyết tâm chết vì Đấng Christ của Phao-lô được thử nghiệm. (Công 20:24; 21:1–14)
- Lu-ca, Phao-lô và thủy thủ đoàn cùng cầu nguyện khi họ sợ tàu chìm. (27:29)
- Phao-lô cầu nguyện chữa lành người đàn ông bị kiết ly. Ông ta được lành, nên đám người còn lại trên đảo cũng đến xin được chữa lành. (28:8–9)

Bạn có hiểu ý tôi muốn nói không? Cầu nguyện được nhắc đến hơn hai mươi mốt lần trong sách Công Vụ Các Sứ Đồ. Ngoài ra, rõ ràng đây là những lời cầu nguyện tập thể. Hễ khi nói đến sự cầu nguyện, nó liên quan đến rất nhiều người khác. Ngay cả khi cá nhân cầu nguyện, họ cũng nhắc đến các mối quan hệ giữa con người với con người (vd: Ê-tiên cầu nguyện cho những kẻ giết mình được tha thứ và được gia nhập vào gia đình của Chúa; Phi-e-rơ và Cọt-nây đến được với nhau nhờ lời cầu nguyện của cá nhân họ). Lu-ca nhấn mạnh rằng hội thánh không chỉ học những lẽ thật về Đức Chúa Trời. Họ thật sự nương cậy Ngài. Trong sách Công Vụ Các Sứ Đồ, Cơ Đốc nhân thường xuyên họp lại cầu nguyện. Vì sao hình thức cầu nguyện này vắng bóng trong nhiều hội thánh ngày nay?

Khôi phục giờ nhóm cầu nguyện

Mặc dù chương trước đã nói đến việc cầu nguyện khi chúng ta họp lại để thờ phượng, nhưng tôi muốn xem xét khía cạnh khác của vấn đề ở đây. Có những lúc theo thông lệ trong sinh hoạt hội thánh, chúng ta tập hợp lại chỉ để cầu nguyện mà thôi. Điều này khác với cầu nguyện trong giờ thờ phượng chung, nhưng cũng là điều cần thiết. Cầu nguyện trong giờ nhóm chung giống như khoai tây trong món thịt nướng. Món thịt là Lời được rao giảng. Trong buổi nhóm cầu nguyện, vai trò được đảo ngược. Bây giờ, lời chúng ta cầu nguyện cho nhau trở thành món chính. Chúng ta chăm sóc nhau cách tốt nhất khi cùng nhau nương cậy Chúa.

Tôi biết ý tưởng về buổi nhóm cầu nguyện nghe không được hấp dẫn lắm. Vấn đề khó khăn là hội thánh và mục sư cảm thấy áp lực khi phải không ngừng đổi mới. Xã hội chúng ta bị ám ảnh với việc đổi mới, vì vậy cái phổ biến và đơn giản thường bị coi thường. Người ta muốn cái gì đó tươi tắn, mới mẻ và thú vị. Những mục sư như tôi bị cám dỗ nghĩ rằng chúng tôi cần tạo ra những sự kiện lý thú để người ta muốn đến với hội thánh. Còn những buổi nhóm cầu nguyện thì hiếm khi thu hút ai. Người ta bước vào phòng nhóm, chia sẻ gánh nặng với nhau, rồi cùng nhắm mắt cúi đầu trình dâng lên cho Chúa.

Sự thật là chúng ta chẳng cần phải đổi mới gì cả. Chúng ta chỉ cần có chủ đích. Buổi nhóm cầu nguyện không phải là công viên giải trí. Nó giống thiết bị lưu trữ hơn và tất cả chúng ta là những chiếc xe hơi không có thùng xe. Chúa không bao giờ muốn chúng ta tích trữ những lo lắng trong chính mình (xem Thi 13:2). Ngài muốn chúng ta chất những lo lắng đó lên cho Ngài. Buổi nhóm cầu nguyện không phải là một nơi thu hút, nhưng là một nơi cần thiết. Đó là nơi người ta mang những gánh nặng đến rồi ra về tay không vì chúng được đặt hết vào trong tay của Chúa. Ở đây, chúng ta cùng đến với nhau để nương cậy Chúa, vì lợi ích của nhau. Nơi đó ở đâu trong hội thánh của bạn?

Trách nhiệm mới, công cụ đánh giá mới

Thiết lập hay khôi phục buổi nhóm cầu nguyện thường xuyên giúp ích cho hội thánh ít nhất hai điều: (1) củng cố ý thức trách nhiệm với nhau và (2) cung ứng một công cụ mới để sử dụng khi đánh giá mức độ chúng ta mang lấy gánh nặng và nỗi đau của nhau ra sao.

Khi chúng ta khóc với kẻ khóc và vui với kẻ vui (Rô 12:15), chúng ta được nhắc nhở rằng mình thuộc về một gia đình. Chúng ta được nhắc nhở rằng mỗi một chúng ta sở hữu một nhân thân to lớn hơn. "Tôi" trở thành "chúng ta". Chúng ta không còn là những cá nhân bị chi phối bởi thế giới riêng của mình. Chúng ta là những chi thể phụ thuộc lẫn nhau trong thân, được kêu gọi để cùng nhau tạ ơn và cùng nhau đau đớn. Niềm vui và nỗi đau của chúng ta không còn là chuyện cá nhân và bí mật nữa; chúng phải được chia sẻ cho nhiều người. Mọi người trong cộng đồng được kêu gọi để kinh nghiệm niềm vui là lòng nhân từ của Chúa trong cuộc đời người khác, đồng thời hít vào khói thuốc là nghịch cảnh của nhau. Là một gia đình, chúng ta đến với nhau để chia sẻ những điều này, rồi trình dâng cho Chúa trong lời ngợi khen lẫn cầu xin.

Cầu nguyện cùng nhau cũng cho chúng ta một công cụ đánh giá mới để định nghĩa thành công. Chúng ta không phải Đức Chúa Trời. Chúng ta không làm được tất cả mọi điều. Chúng ta không thể thay đổi sự việc. Chúng ta không biết mọi chuyện, vì vậy hiểu biết của chúng ta để tư vấn cho người khác bị giới hạn. Và chúng ta cũng không có mặt ở khắp mọi nơi, nên bị giới hạn trong khả năng ở bên cạnh người khác khi họ gặp khó khăn. Chúng ta biết tất cả những điều này, nhưng khi chúng ta nhận biết những nan đề đang gia tăng trong đời sống của hội thánh, thì chúng ta dễ xuống tinh thần. Khi chúng ta nghe nói đến sự phản bội không ai ngờ đến, căn bệnh ung thư bất ngờ, cái chết không thể tưởng tượng được hay tai nạn không thể tránh, thật dễ nghĩ đến việc chúng ta "lẽ ra phải làm" hay "có thể làm". Chúng ta biết mình không phải Đức Chúa Trời, nhưng điều đó vẫn khiến chúng ta cảm thấy có lỗi về việc đã xảy ra.

Đây là lúc công cụ đánh giá mới xuất hiện. Thành công không được định nghĩa bởi khả năng chúng ta ngăn chặn thảm họa tốt đến đâu. Trong lời cầu nguyện, chúng ta ngợi khen Đấng toàn năng, toàn tri và toàn tại. Lời cầu nguyện nhắc nhở những người đang thiếu thốn rằng chúng ta có thể đến cùng Đức Chúa Trời lạ lùng này. Lời cầu nguyện giải phóng chúng ta khỏi gánh nặng sai trật cho rằng mình là Đức Chúa Trời khi chúng ta trình dâng lên chính Ngài những lời thỉnh cầu này.

Dĩ nhiên, tất cả những điều chúng ta có thể nhìn thấy là lời biện hộ. Một sự trốn tránh. Cuộc sống khó khăn và chúng ta sẽ không thể hoàn toàn mang lấy gánh nặng của người khác. Vậy thì tại sao phải bận tâm?

Bạn có bao giờ để ý rằng trong sách Ru-tơ, những người cầu xin Chúa làm điều gì đó cho người khác cuối cùng lại được Đức Chúa Trời dùng để làm chính điều họ đã cầu xin không (Ru 1:9; 3:1–4; 2:12, 15–18; 4:13)? Cầu nguyện chung không phải để làm chúng ta nản lòng trước công việc, mà là để tiếp nhiên liệu cho việc chúng ta làm bằng cách khiến chúng ta quan tâm hơn đến cuộc sống của nhau. Cầu nguyện đan kết những tấm lòng ngặt nghèo lại với nhau, quan tâm đến nhau và sốt sắng phục vụ nhau hơn.

Tổ chức buổi nhóm cầu nguyện

Chúng ta hãy dành chút thời gian nói về những yếu tố cơ bản để tổ chức một buổi nhóm cầu nguyện. Đây chỉ là những gợi ý và những bài học mà hội thánh chúng tôi học được khi tìm cách phát triển văn hóa cầu nguyện chung. Chúng tôi mở hội thánh cách đây hai năm, nhưng chỉ mới bắt đầu họp nhau lại cầu nguyện chung trước đó một năm. Vì vậy, trong ba năm qua chúng tôi tập trung nhau lại ít nhất mỗi tháng một lần để nhóm cầu nguyện.

Dưới đây là một vài suy nghĩ về lợi ích của buổi nhóm cầu nguyện trong việc chăm sóc gây dựng hội thánh. Tôi hy vọng chúng sẽ giúp bạn xem xét cách tổ chức buổi nhóm cầu nguyện trong hội thánh bạn. Danh sách này không sắp theo thứ tự quan trọng, mà chỉ là góp nhặt những ý tưởng.

Lên lịch cho buổi nhóm cầu nguyện. Tìm thì giờ phù hợp với hội thánh. Chúng tôi bắt đầu mỗi tháng một lần vào tối Chúa Nhật từ 5 giờ chiều đến 7 giờ tối. Sau đó chúng tôi nhận thấy trong hội thánh có nhiều cặp vợ chồng trẻ có con nhỏ nên đó là thì giờ không phù hợp chút nào để nhóm cầu nguyện. Một năm sau, chúng tôi đổi sang thì giờ thích hợp hơn.

Loại bỏ những gì ảnh hưởng đến thì giờ cầu nguyện. Cầu nguyện là một kỷ luật nghiêm khắc cần phải học, vì vậy chúng tôi muốn loại bỏ bất kỳ điều gì gây phân tâm. Chúng tôi dừng sinh hoạt nhóm nhỏ vào thứ Tư đầu tiên của mỗi tháng để không có sinh hoạt nào của hội thánh ảnh hưởng đến giờ cầu nguyện. Chúng tôi cung cấp đồ ăn và giữ trẻ để mọi người không phải lo lắng về việc nấu ăn và giữ con. Chúng tôi tốn nhiều ngân sách cho thì giờ cầu nguyện. Chúng tôi muốn tầm quan trọng của giờ cầu nguyện được phản chiếu qua việc chúng tôi cố gắng hết sức để mọi người có thể đến được. Hiện tại, chúng tôi gặp nhau mỗi tháng một lần, nhưng mục tiêu là cả hội thánh cùng cầu nguyện không phải chỉ một lần mỗi tháng. Chúng tôi muốn thì giờ này ngày càng chiếm vị trí quan trọng trong hội thánh.

Bắt đầu bằng Lời Chúa. Khi chúng ta nhóm họp vào Chúa Nhật, Lời Chúa được rao giảng là miếng thịt nướng. Cầu nguyện không phải thì giờ đó. Tuy vậy, Lời Chúa là phần quan trọng của công tác mà chúng tôi đang cố gắng thực hiện. Vì vậy, chúng tôi bắt đầu bằng việc dùng Lời Chúa khích lệ nhau trong mười lăm phút và đó cũng là nền tảng cho buổi cầu nguyện tối hôm đó. Khi viết chương này, tôi nhận được tin nhắn từ một thuộc viên hội thánh, là người chịu ảnh hưởng từ khái niệm vai trò của Kinh thánh trong giờ cầu nguyện chung. Cô viết: "Cầu nguyện dựa trên Kinh thánh thật sự rất hữu ích. Lời cầu nguyện của tôi không chỉ sâu sắc hơn, mà còn quả quyết hơn, bày tỏ nhiều hơn bản tính của Đức Chúa Trời, vai trò thiết yếu của Đấng Christ và công tác của Đức Thánh Linh. Nó khiến tôi ăn năn thay vì chống nghịch và bị cáo trách thay vì kết án. Thật dễ thay thế tiếng của Chúa bằng tiếng của chính mình, nhưng khi đọc Kinh thánh và dựa trên nền tảng đó để cầu nguyện với Chúa, thì sự thay thế này giảm đi đáng kể". Cô ấy đang học cách nương cậy Thánh Linh, không phải chỉ trên lý thuyết mà cả trong thực hành. Đó chính là mục tiêu!

Danh sách những vấn đề cần cầu nguyện chủ yếu liên hệ đến vương quốc, toàn bộ thân thể Đấng Christ và các mối quan tâm chính trong cuộc sống. Những buổi nhóm cầu nguyện trở nên nhạt nhẽo và không hiệu quả khi chúng trở thành danh sách dài ngoằng những nan đề về sức khỏe, nhất là của những người không phải thuộc viên hội thánh. "Chúng ta có thể cầu nguyện cho ca phẫu thuật túi mật của người hàng xóm của tôi không?" Vì vậy, tôi thấy thật hữu ích khi bảo đảm mọi nan để cầu nguyện đều phải được đưa trước cho tôi hoặc người hướng dẫn buổi nhóm cầu nguyện. Đôi khi tôi còn phải nói với tín hữu rằng tôi rất vui khi cầu nguyện cho họ ngay, rằng họ có thể nêu nan đề trong nhóm nhỏ của họ, còn chúng tôi muốn sử dụng buổi nhóm cầu nguyện này cho mục đích khác. Chúng tôi muốn dùng nó chủ yếu cho những vấn đề về vương quốc Đức Chúa Trời, những mối quan tâm trong cả thân thể Đấng Christ và những mối lo âu trong cuộc sống. Thế là chúng tôi dùng buổi nhóm để cầu nguyện cho danh sách nan đề tôi đã lên sẵn.

Khi chuẩn bị danh sách những vấn đề cần cầu nguyện, hãy thêm vào những lời ngợi khen và cầu xin. "Hãy vui với kẻ vui, khóc với kẻ khóc" (Rô 12:15) là một bố cục hay cho các buổi nhóm cầu nguyện. Hãy tìm những câu chuyện đem lại sự khích lệ trong hội thánh. Hãy khen ngợi điều mà bạn muốn nhìn thấy thêm nữa. Cầu nguyện để đời sống của tín hữu bày tỏ thành công trong sứ mạng. Điều này giúp hội thánh biết rằng Đức Chúa Trời là Đấng đem đến những cơ hội này, chứ không phải chúng ta. Chúng ta sẽ nói nhiều hơn về vấn đề này trong chương tiếp theo.

Chúng ta cũng muốn cầu xin Chúa cho vương quốc và những mối quan tâm chính trong cuộc sống, chẳng hạn như sức khỏe, công việc, nguồn lực và các cơ hội truyền giảng Tin lành. Chúng ta cũng sẽ dành thời gian cầu nguyện cho những người thân trong gia đình được cứu, người mắc ung thư được chữa lành, những đồng nghiệp tin nhận Chúa và những người vật lộn với việc không có con. Điều này tạo ra làn sóng cảm thông và chăm sóc vượt xa hơn mối liên hệ cá nhân của tín hữu. Nó đem đến cho con người công cụ để làm trọn giao ước chăm sóc đến tâm linh của nhau.

Danh sách những vấn đề cần cầu nguyện – không phải các tiết mục trong giờ nhóm ngày Chúa nhật, không phải phong cách giảng, cũng không phải xuất thân của người lãnh đạo trong hội thánh - thường là nơi mà cuộc chiến đấu cho sự đa dạng thắng hoặc thua. Danh sách cầu nguyện thường phản ánh người đang cầu nguyện và những nan đề mà người ấy cho là có thật, là gần gũi và quan trọng. Một người bạn của tôi là thuộc viên của một hội thánh từ chối cầu nguyện cho những gì liên quan đến Mike Brown, Trayvon Martin, Alton Sterling, Eric Gardner, Laquawn McDonald hay bất kỳ người Mỹ gốc Phi nào bị giết dưới tay của những người thi hành luật pháp, vì đây là những vấn đề "quá thiên về chính trị" và sẽ gây chia rẽ trong hội thánh. Điều đó làm cô thất vọng. Cô không muốn hội thánh mình kéo rồng rắn đi diễu hành ở Washington hay treo lá cờ Black Lives Matter (Sinh Mạng của Người Da Màu Quan Trọng trên gác chuông nhà thờ. Cô chỉ muốn họ cùng cầu nguyện cho những vấn đề này vì cô biết chúng hết sức quan trọng đối với nhiều người thuộc tộc người thiểu số trong hội thánh.

Hội thánh đó đã không nhận ra một điều vốn rất rõ ràng trong hội thánh đầu tiên: thúc đẩy sự hiệp một trong sự đa dạng không phải chỉ đòi hỏi đưa những yếu tố văn hóa vào giờ nhóm ngày Chúa nhật; mà cần phải bày tỏ sự đoàn kết với những người thuộc nhóm thiểu số trong những khó khăn của họ. Trong Công Vụ Các Sứ Đồ đoạn 6, các góa phụ người Hy Lạp bị bỏ quên trong việc cấp phát thực phẩm. Mười hai sứ đồ tập hợp "tất cả các môn đồ" lại và tìm trong cả hội thánh những người được gọi là các chấp sự đầu tiên (Công 6:2). Hội thánh khi đó chọn ra bảy người nam có tên Hy Lạp. Trong Công Vụ Các Sứ Đồ đoạn 15, hội thánh đấu tranh để đem người ngoại vào trong gia đình giao ước của Đức Chúa Trời mà không đòi hỏi họ phải trở thành người Do Thái. Điều đáng chú ý trong cả hai sự kiện trên là việc bàn luận và cầu nguyện cho những điều nhóm người thiểu số quan tâm.

Cuộc chiến để có sự đa dạng ngày nay vẫn có thể thắng hoặc thua. Sự đa dạng liên quan nhiều đến thứ tự ưu tiên hơn là chương trình. Hội thánh cầu nguyện cho những điều họ ưu tiên. Danh sách những vấn đề cần cầu nguyện của bạn về cơ bản đóng vai trò như những nhãn giá trên các sự kiện thời sự và các mối quan tâm của hội thánh – quy giá trị hoặc giảm bớt giá trị. Cho nên, đừng lên danh sách vấn đề cần cầu nguyện một cách cục bộ. Hãy lập một danh sách chứa đựng những điều cả bầy chiên quan tâm. Sự tiến bộ đầy thiện ý hướng đến sự đa dạng càng được gia tăng khi chúng ta cùng nhau cầu nguyện với Cha là Đấng không thiên vị đứa con nào (Công 10:34).

Cuối cùng, chúng tôi liệt kê trong danh sách cầu nguyện những điều mà hội thánh không bao giờ được cho là chuyện đương nhiên. Nếu bạn dùng nạng trong một thời gian dài, có thể đôi khi bạn quên rằng bạn đang sử dụng một vật để chịu sức nặng của mình. Điều này cũng đúng với việc nương cậy vào sự chu cấp của Chúa. Ngài vốn thành tín. Nếu chúng ta không tự nhắc mình điều này, thì sẽ dễ dàng nghĩ rằng chúng ta đang giữ mình bằng chính sức riêng.

Vì vậy, chúng tôi cứ cầu nguyện cho những điều đó ở mỗi buổi cầu nguyện để nhắc hội thánh về thứ tự ưu tiên và về việc nương cậy Chúa. Chúng tôi cầu xin Chúa buộc chúng tôi với Lời Ngài. Chúng tôi cầu xin Ngài đừng để chúng tôi nghĩ rằng mình tăng trưởng nhờ điều gì đó, mà không phải bởi lòng nhân từ vô biên của Ngài. Chúng tôi cầu xin Ngài chu cấp cho nhu cầu của hội thánh. Chúng tôi xin Ngài giúp hội thánh trở thành nơi ân cần chào đón khách đến thăm và giúp chúng tôi yêu thương hết thảy hàng xóm mà không thiên vị ai. Chúng tôi cầu xin Chúa ban cho lòng can đảm để truyền giảng và gặt hái kết quả. Chi tiết thay đổi theo từng tháng, nhưng những vấn đề cần cầu nguyện thì không đổi.

Mời mọi người cầu nguyện, nhưng đừng để họ cầu nguyện lâu

quá. Chúng tôi muốn càng có nhiều người tham gia những buổi cầu nguyện này càng tốt. Chúng tôi muốn cho mọi người thấy cầu nguyện cho người khác dễ làm sao. Không mất nhiều thời gian đâu. Thật vậy, những lời cầu nguyện dài dòng trong giờ cầu nguyện có thể giết chết động lực. Thật tốt vì không phải chúng ta nói nhiều Chúa mới nghe. Tôi nghĩ Chúa Giê-xu dạy chúng ta trong Ma-thi-ơ đoạn 6 rằng lời cầu nguyện của chúng ta được đo lường bởi độ bền chứ không bởi độ dài. Ngoài ra, nếu bạn có hai mươi người cầu nguyện cho hai mươi nan đề, mỗi người cầu nguyện năm phút, vậy là mất một tiếng rưỡi để cầu nguyện. Charles Spurgeon cho chúng ta những lời khôn ngoan về người nổi tiếng cầu nguyện dài dòng:

> Với sự giúp đỡ của Chúa, đừng ngại nói với ông Snooks tốt bụng rằng, ông không nên cầu nguyện hai mươi lăm phút như vậy. Hãy nghiêm túc nài xin ông cầu nguyện ngắn lại và nếu ông không đồng ý thì đừng mời ông cầu nguyện nữa. Nếu có một người vào nhà tôi với ý định cắt cổ vợ tôi, thì trước tiên tôi sẽ tranh luận với người ấy về việc làm sai trái này, sau đó tôi sẽ ngăn cản hắn ta làm hại vợ tôi. Tôi cũng yêu mến hội thánh nhiều như tôi yêu vợ mình. Vì vậy, nếu ai đó muốn cầu nguyện dài, người đó có thể cầu nguyện ở nơi khác chứ không phải trong buổi nhóm mà tôi đang chủ trì. Nếu anh ta không thể cầu nguyện nơi công cộng trong khoảng thời gian hợp lý, thì nói anh ta hãy về nhà cầu nguyện tiếp.[1]

Nhớ các yếu tố chính. Đừng đánh giá thành công qua những con số. Bạn chỉ cần hai yếu tố là có thể bắt đầu một buổi nhóm cầu nguyện thành công: gánh nặng và những anh chị em sẵn lòng cầu nguyện. Bạn không cần sự cho phép của ai cả. Cho dù là mục sư hay tín hữu, bạn đều có khả năng nêu gương nhờ cậy Chúa theo cách

---

[1] Charles H. Spurgeon, *The Soul Winner (Updaed Edition): How to Lead Sinners to the Saviour* (Abbotsford, WI: Aneko Press, 2016), 84.

không ai phản đối cả. Bạn nghe về một nan đề ư? Hãy cầu nguyện ngay. Mời ai đó cầu nguyện với bạn. Bạn có mọi thứ bạn cần. Hãy tạo thói quen kết thúc mỗi cuộc trò chuyện bằng câu hỏi "Tôi có thể cầu nguyện cho bạn điều gì?" rồi cầu nguyện ngay cho người đó, hoặc để sau nếu thời gian không cho phép. Khi làm như vậy, bạn sẽ thấy không phải tất cả các buổi cầu nguyện đều phải được lên lịch.

Được phép để sự việc dở dang

Họp nhau lại cầu nguyện giúp chúng ta trân trọng trách nhiệm dành cho nhau dù vẫn cho phép chúng ta chấp nhận những hạn chế của mình. Chúng ta chẳng phải là vị cứu tinh của ai cả. Cầu nguyện cho phép chúng ta để những việc dang dở trong cuộc đời người khác. Chúng ta nhận biết mình không phải là Đức Chúa Trời và chúng ta không có khả năng đem đến giải pháp tức thì cho các nan đề. Đức Chúa Trời là Đấng duy nhất có thể làm dịu những cơn bão dữ dội chỉ bằng một lời phán. Chúng ta thì không. Chúng ta có thể nói Lời của Chúa, rồi nhờ Ngài làm điều chỉ Ngài mới có thể làm được. Chúng ta thừa nhận điều này khi chúng ta cầu nguyện.

Khi rời khỏi hội thánh mà mình đã nuôi dưỡng trong ba năm, sứ đồ Phao-lô kéo các mục sư qua một bên để nói với họ cách ngắn gọn "Tôi sắp đi. Muông sói sẽ đến nhưng tôi không phải là câu trả lời cho những vấn đề của anh em trong tương lai. Anh em phải nương dựa vào Chúa cùng Lời Ngài. Chúng ta hãy cầu nguyện. Hẹn gặp lại anh em!" (xem Công 20:25–38). Cầu nguyện cho phép chúng ta bỏ dở các nan đề chưa được giải quyết ngay lúc này mà không cảm thấy như thể mình thất bại. Cầu nguyện cho ai đó không phải là trốn tránh không thật sự giúp họ. Thường đó là điều tốt nhất chúng ta có thể làm lúc này. Thật vậy, cầu nguyện cho người khác là yêu thương, vì chúng ta đặt họ vào tay của Đấng có thể giải quyết bất kỳ vấn đề nào. Đức Chúa Trời hứa hoàn tất công việc của Ngài trong cuộc đời chúng ta. Khi chúng ta hết lòng và thường xuyên đến với nhau để cầu nguyện, chúng ta cầu xin Chúa hành động dựa trên lời hứa quý báu này và chúng ta an nghỉ khi biết Ngài chắc chắn sẽ hành động.

8

Làm Điều Đúng

Vai Trò Của Sự Cầu Nguyện Trong Công Tác Truyền Giảng

Bất mãn dẫn đến việc phải làm gì đó

Đó là năm 1997. Giai thoại kể rằng có người đàn ông tên là Reed Hastings đang trên đường trở về sau khi giải quyết món nợ với người chủ nợ nhẫn tâm thì nảy ra một ý tưởng kinh doanh mới. Chủ nợ độc ác ư? Video bom tấn (có nhớ những phim này không?) Tội gì? Hình như Hastings phải trả bốn mươi đô la vì làm mất băng cát-sét VHS bộ phim *Apollo 13*. Thất vọng và nản lòng vì bộ máy quan liêu thối nát của ngành công nghiệp cho thuê video, anh ta quyết định đã đến lúc ai đó phải làm điều gì đó về việc này. Sự bất mãn khiến anh đấu tranh đòi giải phóng và tự do cho người thuê video ở mọi nơi.

Và thế là anh ta nghĩ ra Netflix, một dịch vụ cho phép bạn giữ các băng video lâu bao nhiêu cũng được mà không phải nộp phí trả băng trễ.[1] Hastings đã biến hoàn cảnh thất vọng thành vàng (có thể nói như thế). Tôi nói "có một giai thoại kể rằng" vì tính xác thực của

---

[1] Blake Morgan, "Netflix and Late Fees: How Consumer-Centric Companies Are Changing the Tide," Forbes.com, October 7, 2016, https://www.forbes.com/sites/blakemorgan/2016/10/07/netflix-late-fees-and-consumer-centric-ideas.

câu chuyện này đang bị tranh cãi.[2] Dù đúng hay không, ý quan trọng tôi muốn nói là: sự bất mãn thường dẫn chúng ta đến chỗ hành động.

Mặc dù hội thánh nào cũng đều có điều gì đó khiến chúng ta không hài lòng, nhưng điều gây bất mãn phổ biến nhất chính là việc mời gọi tín hữu sống với tinh thần truyền giáo. Để xác định ranh giới, chúng ta chỉ dùng từ *truyền giảng* khi nói đến sứ mạng chung. Truyền giảng nghĩa là làm cho tín hữu bước ra khỏi băng ghế nhà thờ để chia sẻ Phúc âm, sao cho người khác có thể bước vào băng ghế nhà thờ trên đường đến thiên đàng. Cố gắng khích lệ Cơ Đốc nhân hướng về truyền giảng là một trong những nỗ lực khó khăn nhất vào thời của tôi trong vai trò một mục sư. Bất mãn với tình trạng ấy đã khiến tôi cố gắng làm một việc.

Khi nói đến huấn luyện Cơ Đốc nhân cho sứ mạng tập thể, chúng ta thường cho rằng người ta chỉ cần được huấn luyện nhiều hơn, cần thêm kiến thức, thêm biện giáo học, thêm động cơ thúc đẩy và thêm một chút mặc cảm có lỗi. Không thiếu các chương trình truyền giảng, không thiếu sách vở chỉ cách truyền giảng đúng đắn, hay những mục quảng cáo trên Facebook đảm bảo hội thánh tăng trưởng. Một vài nỗ lực trong số đó cũng hữu ích. Tuy nhiên, tôi không nghĩ ngăn trở chính đối với việc truyền giảng là năng lực, nghĩa là giải pháp tốt nhất không phải là cần được huấn luyện thêm. Chắc chắn, huấn luyện là một phần của giải pháp, nhưng nếu bạn xuất thân từ bối cảnh giống như tôi, thì bạn đã ngồi trong các hội thánh có những người khá giỏi nhưng hội thánh lại ít hoạt động truyền giảng.

Nếu vấn đề chính của chúng ta là năng lực, thì các chương trình huấn luyện truyền giảng không cần liên tục được cập nhật, cải tiến và đổi mới. Ngay cả sau khi được huấn luyện thành thạo, thì sự thiếu tự tin vẫn len lỏi vào, phải không? Môi-se đã gặp Chúa tại bụi gai cháy, ông đã được trang bị một vài phép lạ, nhưng vẫn cảm thấy như mình chưa sẵn sàng. Không giống như Môi-se, người đàn bà

---

[2]Gina Keating, "Five Myths about Netflix," The Washington Post online, February 21, 2014, https://www.washingtonpost.com/opinions/five-myths-about-netflix/$2014/02/21/787c7c8e-9a3f-11e3-b931–0204122c514b_story.html$

bên giếng nước lại là một nhà truyền giảng tuyệt vời chỉ với chút kinh nghiệm ít ỏi (xem Giăng 4). Nhu cầu cần được huấn luyện thêm thường là lời biện hộ hợp lý cho những người nhút nhát như tôi, để né tránh công tác truyền giảng. Nhận diện sai vấn đề sẽ khiến chúng ta làm điều gì đó, nhưng sẽ không khiến chúng ta làm điều đúng.

Vấn đề: Lo lắng và thờ ơ

Khi một người trở thành Cơ Đốc nhân, người ấy không mất nhiều thời gian để nhận biết công tác mình phải làm. Người ấy có bổn phận chia sẻ đức tin cho người khác để họ cũng trở thành Cơ Đốc nhân. Người ấy nhận ra mình đóng vai trò quan trọng trong việc giúp người khác trở thành Cơ Đốc nhân. Nhưng mạng lệnh rao truyền Phúc âm đi kèm với sự giằng co khó giải quyết. Đó là: Đức Chúa Trời tể trị, nhưng Ngài kêu gọi tôi giảng Tin lành. Chỉ Ngài mới có thể ban sự cứu rỗi, nhưng tôi phải chia sẻ Phúc âm để người khác được cứu.

Vậy thì đây là công việc của Chúa hay của tôi? Người ta thường nghiêng về một trong hai cách vì sự giằng co này. Hoặc là họ lo lắng vì sợ sẽ làm hỏng, hoặc sẽ thờ ơ vì Đức Chúa Trời sẽ cứu ai Ngài muốn cứu.

Lo lắng: hạ gục ta

Nhiều Cơ Đốc nhân đầy ắp lo lắng khi nghĩ đến việc "biến cải" người khác về với Cơ Đốc giáo. Họ hiểu cách đúng đắn rằng họ có trách nhiệm, nên họ tập chú vào mọi việc họ phải làm. Nhưng mặc định sai trật rằng *họ* phải sản sinh kết quả là điều khiến cho gánh nặng về sự cứu rỗi của người khác lấp đầy tâm trí đến nỗi họ tê liệt và cuối cùng không thể chia sẻ Phúc âm gì cả. Nỗi sợ thất bại đánh mất quyền chia sẻ Phúc âm. Tôi từng nghe một nhà truyền đạo nói "Khi miệng ngậm lại thì địa ngục mở cửa".[3]

Nỗi lo lắng này cũng có thể khiến Cơ Đốc nhân cố gắng "sản xuất ra" và thao túng người cải đạo. Họ chia sẻ Phúc âm sao cho người ta chấp nhận hơn là hiểu. Hoặc họ chẳng chia sẻ gì cả. Điều này có thể giống với "những cuộc phục hưng" được lên lịch từ trước, cảm giác có lỗi, làm báp-tem cho trẻ con trong xe cứu hỏa, hay thậm chí lấy đi những phần có vẻ mang tính xúc phạm trong Phúc âm. Cơ Đốc nhân lo lắng sẽ chẳng hề chia sẻ *gì cả* hoặc là không chia sẻ hết *Phúc âm*.

Sự lo lắng hạ gục ta. Chúng ta đang mang gánh nặng không đáng có. Lo lắng như vậy khiến chúng ta không thể nhân danh Chúa mà nói và không thể kiên trì. Khi không đạt được kết quả như mong muốn, chúng ta lại càng thêm lo lắng. Trong Xuất Ê-díp-tô Ký 5:22– 23, Môi-se trở về sau một nỗ lực có vẻ như bất thành tại cuộc xuất hành, và ông hỏi Chúa: "Lạy Chúa, tại sao Chúa ngược đãi dân này? Sao Chúa lại sai con đến đây? Từ khi con yết kiến Pha-ra-ôn và nhân danh Chúa mà nói thì vua ấy lại ngược đãi dân này, mà Chúa chẳng giải cứu dân Ngài". Cũng như Môi-se, sự lo lắng khiến chúng ta hỏi "Tại sao tôi phải quan tâm quá nhiều? Sao Ngài đặt gánh nặng này lên lưng con?"

Thờ ơ: chuyến du ngoạn trên biển

Thờ ơ là một đáp ứng sai trật khác nữa khi nói đến việc kêu gọi tham gia vào sứ mạng của Chúa. Người ta thường có khuynh hướng lười biếng truyền giảng khi lơ là trách nhiệm vì tin vào lẽ thật cho rằng Đức Chúa Trời tể trị trong sự cứu rỗi. Họ tin một cách sai trật rằng truyền giảng là điều không hợp lý vì Đức Chúa Trời điều khiển mọi sự.

Thờ ơ bắt nguồn từ mong ước né tránh trách nhiệm. Đó là cố gắng dạo chơi qua cuộc đời mà không phải mang gánh nặng nào cả.

---

[3]Mark Dever, "Closed Mouths Lead to an Open Hell" (bài giảng, Capitol Hill Baptist Church, Washington, D.C., November 24, 2013).

Quan tâm đến linh hồn người khác là gánh nặng khiến chúng ta đổ nước mắt (xem Rô 10:1–4). Người cố vấn của tôi ngày xưa từng nói: "Không có gói hàng nào nhỏ hơn là khi tự gói mình trong đó". Cũng không có gói hàng nào nhẹ hơn gói hàng đó. Khi tình yêu bản thân lấn át khả năng yêu thương người khác, thì chúng ta chỉ sẵn sàng mang lấy gánh nặng của chính mình mà thôi.

Trong Kinh thánh, nếu Môi-se minh họa cho sự lo lắng thì Giô-na là tình huống thờ ơ. Lý do căn bản ở cuối sách cho thấy tình yêu bản thân của ông đã lấn át khả năng yêu thương người khác. Đức Chúa Trời đã đánh thức đáp ứng của Giô-na chỉ bằng cách tấn công vào sự thoải mái của ông. Giô-na hầu như không quan tâm đến những hàm ý cứu rỗi cho người khác ngoại trừ chính mình và dân tộc mà ông yêu mến (dân tộc của ông). Khi đối diện với cơ hội tham gia vào sứ mạng của Chúa, ông chọn thối lui. Đầu tiên, đó không phải là vấn đề của ông. Ông chỉ có thể nhìn thấy những hậu quả tiêu cực tiềm tàng. Ông nghĩ "chuyện gì sẽ xảy ra nếu mình đi?"

Môi-se và Giô-na cho chúng ta thấy rằng có kiến thức Kinh thánh mà không áp dụng thì chưa đủ. Nếu lo lắng chẳng khác nào bạn bị đè bẹp trong xe hơi vì bạn chất tảng đá lên nóc xe, thì sự thờ ơ giống như cài chế độ giữ vận tốc trên xe rồi ngồi ngủ sau tay lái. Khi hoạt động cũng như khi không hoạt động, người lo lắng và thờ ơ cuối cùng cũng đều làm trọn công việc của Sa-tan. Hoặc là họ cho người khác cảm giác an toàn giả tạo bằng một Phúc âm không đầy đủ (xem Mat 7:21–24), hoặc là họ không trình bày được sứ điệp cứu người (xem Êxê 3:18). Dù là cách nào, thì Sa-tan cũng hí hửng. Chúng ta làm gì với hai kẻ thù lớn của sứ mạng chung của chúng ta? Bước tiếp theo là gì?

Phương thuốc: Cầu nguyện với Đức Chúa Trời Tối Cao

Cầu nguyện là mắt xích trong dây xích kết nối quyền tể trị tối cao của Đức Chúa Trời với trách nhiệm của chúng ta. Chúng ta có thể tìm cách xoa dịu sự bất mãn bằng cách làm gì đó hoặc chúng ta có thể làm điều đúng. Cầu nguyện là điều đúng ấy; đó là chỗ chúng ta cần bắt đầu. Cầu nguyện - ngợi khen Chúa về những thuộc tính của Ngài và kêu cầu Ngài với những lời hứa giao ước trong trí - là điều thiết yếu và cần thiết để tạo nên nền văn hóa truyền giảng. Quyền tối thượng của Chúa và trách nhiệm của chúng ta phải cùng song hành với nhau để giải thoát chúng ta khỏi sự lo lắng và thờ ơ. Hiểu biết đúng đắn này sẽ càng được lan rộng khi hội thánh cùng cầu nguyện.

J. I. Packer nêu lên hai trở ngại lớn đối với sự cứu rỗi: "sự thôi thúc chống lại Đức Chúa Trời một cách tự nhiên không thể cưỡng lại được và... sự chăm chỉ của Sa-tan trong việc hướng dẫn con người theo đường lối vô tín và bất tuân"[4] Chúng ta ngày càng ý thức hơn về sự thiếu kém của mình khi nhận ra rằng con người không có khả năng tự đến cùng Đức Chúa Trời. Điều này dẫn chúng ta đến kết luận rằng "quyền tể trị của Chúa trong ân điển Ngài cho chúng ta hy vọng thành công duy nhất trong công tác truyền giảng".[5] Hy vọng duy nhất mà chúng ta có, đó là Đức Chúa Trời kiểm soát mọi sự. Suy ngẫm về quyền tể trị tối cao của Đức Chúa Trời là liều thuốc làm dịu tấm lòng lo lắng của chúng ta. Khi áp dụng đúng đắn vào hy vọng của chúng ta để có được sự thành công, thì nỗ lực của chúng ta được tiếp thêm sinh lực khi quyền tể trị của Chúa trở thành động cơ đứng sau những cố gắng của chúng ta.

Cách để không mang lấy gánh nặng không dành cho chúng ta đó là để cho người nào đó mang thay chúng ta. Nhiều nỗ lực truyền

---

[4]J. I. Packer, *Evangelism and the Sovereignty of God* (1961; repr., Downers Grove, IL: InterVarsity Press, 2008), 106.

[5]Packer, *Evangelism*, 105.

giảng của chúng ta được lèo lái hoàn toàn bởi chủ nghĩa thực dụng và chiến lược, trong khi kết quả lâu dài vĩnh cửu có được là nhờ sự cầu nguyện (xem Giăng 15:8, 16). Cầu nguyện với nhau giúp giải tỏa áp lực phải "thành công" và đặt áp lực đó lên vai của Đức Chúa Trời. Khi cầu nguyện "Lạy Cha chúng con ở trên trời", chúng ta thừa nhận Đức Chúa Trời là tối thượng và Ngài làm điều Ngài muốn. Khi cầu xin Chúa cứu ai đó, chúng ta thừa nhận rằng chỉ một mình Đức Chúa Trời có năng quyền làm điều đó. Khi cám ơn Ngài về sự cứu rỗi của chúng ta, đó là vì chúng ta biết Ngài đã cứu chúng ta - chúng ta không tự cứu mình. Khi chúng ta cầu xin Chúa cứu, chúng ta nhận biết rằng quyền tể trị của Ngài chỉ xua tan sự lo lắng và thờ ơ của chúng ta chứ không thu nhỏ hoạt động của chúng ta. Do đó, cầu nguyện là máy bơm tại trạm xăng để kết nối chúng ta với nguồn nhiên liệu để trung tín truyền giảng.

Nhưng trước khi được huy động thực hiện sứ mạng, chúng ta phải biết truyền giảng là gì. Truyền giảng là công bố sứ điệp Phúc âm và mời gọi tội nhân đáp ứng. Mặc dù phải hiểu rõ công việc của Chúa trong công tác truyền giảng, nhưng chúng ta cũng phải hiểu đúng phần việc của chúng ta. Khi truyền giảng, chúng ta đặt tội lỗi trong bối cảnh của một mối liên hệ sai trật với Đức Chúa Trời, vì sợ người chưa tin nghĩ rằng tội là điều gì đó khác thay vì là sự vi phạm luật của Đức Chúa Trời thánh khiết. Chúng ta phải đảm bảo người khác hiểu được rằng tội không phải là một thái độ chung chung, nhưng tương đương với những hành động cụ thể mà chúng ta phải ăn năn. Cuối cùng, tội phải được hiểu là điều làm băng hoại chính bản chất của chúng ta, là những người mang hình ảnh của Đức Chúa Trời. Hiểu như vậy giúp chúng ta thấy rằng chúng ta không có khả năng thay đổi hành động của mình cách dễ dàng. Chúng ta cần một Cứu Chúa ban cho chúng ta tấm lòng mới.

Nếu Đức Chúa Trời đã giao cho chúng ta một công tác mà kết quả không phụ thuộc vào chúng ta, thì thật sai lầm khi định nghĩa truyền giảng theo kết quả đạt được. Công tác truyền giảng thành công không được đo lường bằng kết quả sau cùng, mà bằng sự trung tín của chúng ta. Chúng ta cố gắng trung tín hướng dẫn người khác và tự do mời gọi họ tin lời của Đức Chúa Trời, đó là lời hứa tha thứ cho ai thật lòng ăn năn. Trung tín rao báo Phúc âm cho chúng ta sự yên nghỉ. Chúng ta có thể hít thật sâu khi cầu xin Chúa làm điều chỉ Ngài có thể làm và xin Chúa giúp chúng ta làm điều Ngài kêu gọi chúng ta thực hiện. Cùng nhau cầu nguyện khiến chúng ta quan tâm đến người hư mất. Vì Đức Chúa Trời là Đấng đang nỗ lực trong công tác cứu rỗi, nên chúng ta có thể quan tâm đến người khác mà không bị đè nát bởi sức nặng của cả một gánh nặng đang đặt trên chúng ta.

Nhờ hiệp nhau lại cầu nguyện mà mối quan tâm đến người hư mất luôn được giữ cho tươi mới trong mỗi chúng ta. Spurgeon chỉ cho thấy tầm quan trọng của việc cầu nguyện trong quyển sách của ông *The Soul Winner (Người Chinh Phục Linh Hồn)*:

> Mặc dù đây là điều đáng phải làm, nhưng chúng ta thấy gì? Không ai cầu nguyện nhiều cho vấn đề này, không buổi họp nào được tổ chức để cầu xin Chúa ban phước và mục sư không hề khuyến khích tín hữu đến để nói về công việc ân điển trong linh hồn của họ. Tôi nói cho các bạn biết, mục sư nhận được phần thưởng của mình rồi. Ông ấy nhận được điều ông cầu xin và có được điều ông mong ước. Chủ chỉ đưa cho ông đồng xu. Mạng lệnh là 'Hãy há to miệng ngươi ra thì Ta sẽ làm cho đầy' (Thi 81:10). Thế mà chúng ta lại ngồi đây, im thin thít, chờ đợi được ban phước. Hãy mở miệng ra với lời giải thích đầy đủ, với niềm tin chắc chắn, thì điều đó sẽ được ban cho tùy theo đức tin của bạn.[6]

---

[6]Charles H. Spurgeon, *The Soul Winner* (Updated Edition), How to Lead Sinners to the Saviour (Abbtsford, WI: Aneko Press, 2016), 38.

Phương thuốc thay thế

Cùng nhau cầu nguyện đem lại điều tuyệt vời cho công tác truyền giảng. Nó không xóa bỏ những ngăn trở đối với việc truyền giảng, nhưng nó thay thế những ngăn trở đó. Lo lắng được thay bằng sự mạnh mẽ. Thờ ơ được thay bằng lòng thương xót. Những món nợ trở thành tài sản cho việc lan truyền Phúc âm trên thế giới.

Chúng ta cần lòng can đảm. Tất cả chúng ta đều có những nỗi lo sợ. Chúng ta thiếu sức lực, thiếu khả năng cùng sự khôn ngoan để bảo đảm cho sự an toàn của mình. Chúng ta sợ bị qua mặt và sợ có người khôn hơn mình. Chúng ta sợ thất bại, đúng như vậy. Chúng ta có đủ các yếu tố thất bại. Nhưng cảm tạ Chúa, Đức Chúa Trời không có nỗi sợ này. Không ai có thể đe dọa Ngài. Ngài có sự can đảm mà chúng ta rất cần. Và đây là tin tức còn tốt lành hơn nữa: Ngài đứng về phía chúng ta. Giống như một đứa trẻ gầy trơ xương có người anh trai mập mạnh sẵn sàng đánh kẻ bắt nạt em mình, thì chúng ta cũng có được can đảm nhờ sự cầu nguyện, vì cầu nguyện kết nối chúng ta với sức mạnh của Chúa. Hãy lưu ý trong các sách Phúc âm, một Phi-e-rơ hấp tấp, kiêu ngạo và thu mình không phải là người hay cầu nguyện. Nhưng như chúng ta thấy trong đoạn cuối cùng của sách Công Vụ Các Sứ Đồ, ông cầu nguyện không thôi và nhờ vậy ông luôn luôn can đảm và trung tín rao truyền Phúc âm.

Cầu nguyện thay thế sự thờ ơ bằng lòng thương xót. Khi chúng ta cám ơn Chúa đã cứu mình, chúng ta được nhắc nhở rằng đó không phải là một thành tích để chúng ta trách mắng người khác khi họ không có; thay vào đó, đó là một tặng phẩm mà chúng ta phải thấy tội nghiệp cho họ vì họ không nắm giữ. Qua sự cầu nguyện, câu hỏi của Giô-na "Điều gì xảy đến với tôi nếu tôi đi?" nhanh chóng được thay thế bằng câu hỏi "Điều gì sẽ xảy đến với *họ* nếu tôi không đi?" Qua sự cầu nguyện, chúng ta khám phá ra rằng không thể cầu nguyện cho người khác mà vẫn giữ sự cay đắng hay thờ ơ đối với họ. Chúng ta được kết nối với tấm lòng của Chúa khi cầu nguyện cho sự cứu rỗi linh hồn.

Khuyến khích truyền giảng trong Hội thánh địa phương

Hội thánh phải thường xuyên củng cố mối liên kết giữa quyền tối thượng của Đức Chúa Trời và trách nhiệm của chúng ta bằng cách thường xuyên cầu nguyện cho những người tin Chúa và cám ơn Chúa về họ. Packer viết "Cho dù bạn đứng về phía nào trong cuộc tranh luận về vấn đề này trong quá khứ, thì trong lòng bạn vẫn tin vào quyền tối thượng của Đức Chúa Trời một cách chắc chắn như bất kỳ ai. Trên chân mình, chúng ta có thể tranh cãi, nhưng trên đầu gối tất cả chúng ta đều đồng ý".[7] Liên tục khẳng định quyền tối thượng của Đức Chúa Trời và trách nhiệm của chúng ta trong công tác truyền giảng bằng sự cầu nguyện giúp hội thánh tin và sống theo niềm tin đó, cho dù chúng ta có thể không nói ra được một cách hoàn hảo. Khi những lời cầu nguyện cho sự cải đạo trở thành chủ đề của thì giờ chúng ta hiệp nhau lại thì chúng ta sẽ thành công trong việc xây dựng nền văn hóa truyền giảng.

Chúng ta cũng phải nhấn mạnh vai trò của sự cầu nguyện trong việc giảng dạy. Tiếp theo Rô-ma đoạn 9, đoạn Kinh thánh nói về quyền tối thượng của Đức Chúa Trời, là Rô-ma đoạn 10 nói về trách nhiệm của chúng ta. Ở giữa phần nghiên cứu về quyền tối thượng của Đức Chúa Trời và lời chỉ dẫn rao truyền Phúc âm, sứ đồ Phao-lô cầu nguyện cho sự cải đạo (Rô 10:1–4). Giảng Phúc âm cách nhất quán, lưu loát và cẩn thận hết tuần này đến tuần khác giúp hội chúng quen thuộc với việc nghe và hiểu Phúc âm. Cũng vậy, nhấn mạnh vai trò của sự cầu nguyện giúp họ hiểu mình đóng vai trò quan trọng trong vương quốc Đức Chúa Trời. Chúng ta sẽ thấy niềm tin của họ vào Phúc âm và sự cầu nguyện gia tăng cùng với khả năng truyền đạt Phúc âm cho người chưa tin.

Các giáo sĩ từ đâu mà đến? Dường như Chúa Giê-xu nghĩ rằng đó là kết quả của việc Đức Chúa Trời nhậm lời cầu xin của chúng ta:

---

[7]Packer, *Evangelism*, 21.

"Mùa gặt thì thật trúng, nhưng thợ gặt thì ít. Vậy, hãy cầu xin Chúa mùa gặt sai nhiều thợ gặt vào mùa gặt của Ngài" (Lu 10:2). Nhờ cầu xin thợ gặt mà Đức Chúa Trời dấy lên nhiều người chia sẻ Phúc âm và nhắc nhở chúng ta là những người chưa hoạt động rằng công việc bắt đầu ở chúng ta. Cầu xin thành công trong công tác truyền giảng là cầu xin thêm nhiều người chia sẻ Phúc âm. Điều cốt yếu là giúp cho tín hữu trong hội thánh hiểu hai ý này liên kết với nhau.

Chúng ta cũng nên luôn luôn quan tâm đến nhu cầu của những cộng sự do hội thánh sai đi và cần chúng ta hỗ trợ, vì chúng ta muốn tín hữu trong hội thánh biết rằng họ cũng đang mang gánh nặng về công tác cứu rỗi của Chúa qua sự cầu nguyện.

Chiến lược truyền giảng của Đức Chúa Trời trong thế gian bắt nguồn từ hội thánh địa phương. Hội thánh địa phương là nơi cho thế giới đang ngắm nhìn kinh nghiệm trực tiếp tình yêu thương, ơn tha thứ, lòng thương xót và sự thánh khiết của Đức Chúa Trời. Đó là lý do chúng ta cầu nguyện cho những hội thánh và các mục sư khác trong khu vực khi chúng ta hiệp lại cầu nguyện. Chúng ta cầu xin Chúa làm cho những hội thánh này khao khát sự vinh hiển của Ngài và dân chúng sẽ nhờ họ mà được nghe Phúc âm. Chúng ta cầu xin Chúa dấy lên những mục sư khác tiếp tục công tác rao giảng Phúc âm cách trung tín ở địa phương lẫn hải ngoại.

Khi hiệp nhau lại cầu nguyện ăn năn về đời sống mình và đời sống những người chưa biết Chúa, chúng ta không chỉ giải quyết sự bất mãn của mình. Chúng ta đã làm điều đúng: đó là cầu nguyện.

Kết Luận
Chống Lại Cám Dỗ

Giờ thì bạn có tin chưa? Cầu nguyện quan trọng hơn nhiều so với điều chúng ta thấy. Đó là điều sống còn đối với đời sống của hội thánh. Tôi hy vọng nguồn tài liệu ngắn này sẽ tác động đến cách hội thánh bạn cầu nguyện và kinh nghiệm sự thành tín của Ngài qua sự cầu nguyện.

Trước đây, sau khi đọc những quyển sách nói về sự cầu nguyện, tôi biết cái khó không phải là thêm thời gian cầu nguyện. Cái khó nằm ở việc duy trì thái độ. Bắt đầu không khó. Khó là làm sao để củng cố thói quen ấy.

Sau nhiều năm, tôi học được rằng không cần phải đưa ra khảo sát hay nghiên cứu thị trường về những cám dỗ con người thường gặp. Tôi chỉ cần nhìn vào lòng mình để xem tôi thất bại chỗ nào trong lĩnh vực này.

Dưới đây là danh sách những cám dỗ mà tất cả chúng ta thường gặp phải khi thực hành cầu nguyện trong sinh hoạt hội thánh. Phần lớn những điều được liệt kê bên dưới đã được nói đến trong sách, vì vậy hãy xem đây là bản tóm tắt những gì đã được bàn luận đến xuyên suốt những trang giấy này. Tôi muốn củng cố lại những sự thật này để con đường phía trước trở nên rõ ràng.

Bước đầu tiên để chống lại cám dỗ là phơi bày và gọi tên chúng. Cho nên, tôi sẽ cố gắng nói thẳng và súc tích. Bước tiếp theo là phải quay lại con đường đúng đắn. Vì vậy, tôi sẽ cố gắng chỉ bạn quay ngược lại đúng hướng. Chúng ta hãy cùng phác thảo vài nét vẽ về kẻ thù vô hình của mình, để không bị tấn công bất ngờ. Chúng ta không phải dốt nát không biết đến mưu chước của chúng, cho nên hãy vạch trần những mưu chước đó.

Cám dỗ 1: Hủy một buổi nhóm cầu nguyện

Có chuyện gì đó sẽ xảy ra. Lúc nào cũng có chuyện gì đó xảy ra. Đức Chúa Trời ban cho chúng ta món quà là có thể tương giao với Ngài bất kỳ lúc nào ở bất cứ nơi đâu. Bạn nghĩ rằng việc dễ đến gần Chúa như thế này sẽ giúp chúng ta sốt sắng cầu nguyện, nhưng không phải vậy. Nó làm cho chúng ta linh động theo cách tai hại, khiến chúng ta luôn nghĩ rằng có thể sắp xếp thời gian để nhóm cầu nguyện sau đó. Nếu có một điều tôi học được sau hơn hai mươi năm trong trường học như một người trì hoãn chuyên nghiệp, thì đó là không bao giờ có chuyện "để làm sau" như bạn nghĩ.

Hướng đi đúng: Đừng trì hoãn thứ tự ưu tiên là giờ cầu nguyện. Hãy cố gắng hết sức có thể để giữ giờ cầu nguyện chung như đã định. Lần đầu hủy (hay bỏ qua) buổi nhóm cầu nguyện thì không có gì đáng nói. Nhưng lần thứ hai, thứ ba và thứ tư sẽ nói lên điều gì đó về thứ tự ưu tiên của sự cầu nguyện trong sinh hoạt của hội thánh bạn. Chúng ta không được ban cho sự tự do tương giao với Đức Chúa Trời để làm cho nó khớp với thời gian biểu của chúng ta. Chúng ta được tự do và thường xuyên đến với Đức Chúa Trời vì lúc nào chúng ta cũng cần nó. Vì vậy, chúng ta phải luôn luôn cầu nguyện (xem 1 Tê 5:17).

Bạn sẽ giúp kết chặt lẽ thật này vào đời sống của hội thánh bằng cách kiên trì cầu nguyện và tham gia cầu nguyện với hội thánh. Tôi không nghĩ rằng nhiều người trong chúng ta phải tranh chiến quá nhiều với sự cầu nguyện, hoặc những thứ tự ưu tiên khác bị lãng quên vì chúng ta tham dự quá nhiều buổi nhóm cầu nguyện. Vì thế, tôi dừng lại tại đây. Thưa các mục sư, xin đừng hủy giờ nhóm cầu nguyện. Thưa các tín hữu, xin đừng bỏ qua buổi nhóm cầu nguyện.

Cám dỗ 2: Hình thành quan điểm thần học về sự cầu nguyện dựa trên cách Đức Chúa Trời vừa mới nhậm lời cầu xin gần đây nhất của bạn

Chúng ta có thường nản lòng khi Đức Chúa Trời nói "Không"

không? Sự bỏ cuộc thường bắt đầu từ đây. Tại sao cứ phải cầu nguyện khi cầu nguyện chẳng hiệu quả gì? "Tôi hết lòng, kiên trì và trung tín cầu nguyện cho người thân được chữa lành, nhưng người ấy vẫn qua đời. Tôi không cầu nguyện nữa đâu".

Hướng đi đúng: Ghi chép những điều bạn cầu xin, từng điều một. Quý vị mục sư ơi, đây là cách quý vị có thể giúp hội thánh mình kiên trì. Với tín hữu, đây là lúc bạn có thể giúp hội thánh duy trì sự trung tín. Thường xuyên đọc lại danh sách những điều bạn đã cầu xin sẽ giúp bạn nhìn thấy Đức Chúa Trời thành tín thế nào, ngay cả trong những phương diện bạn hoàn toàn quên lãng. Khi làm điều này, bạn để lại dấu vết của những mảnh bánh mì vụn để hội thánh đếm sự thành tín của Chúa khi họ cảm thấy như đang trong đồng vắng.

Đôi khi, trong đời sống hội thánh, những lời cầu nguyện không được nhậm cũng hữu ích như những lời cầu nguyện được nhậm. Chúng nhắc chúng ta nhớ rằng chúng ta không được áp đặt ý muốn của mình lên Chúa. Ngài là Đấng kiểm soát. Chúng ta đang thỉnh cầu và đó chỉ là những lời thỉnh cầu, không phải yêu cầu. Ngài có cái nhìn rõ hơn chúng ta về mọi sự việc, vì vậy khi ngẫm nghĩ lại chúng ta cám ơn Ngài về từng lời cầu nguyện được nhậm hay chưa được nhậm. Cầu nguyện là đặt hướng đi của cuộc đời mình trong tay Chúa. Chín năm cầu nguyện xin Chúa cho có con khiến việc chúng tôi nhận con gái nuôi càng trở nên ngọt ngào hơn, nhất là khi chúng tôi chia sẻ điều Chúa đã làm. Qua kinh nghiệm này, chúng tôi thấy hàng trăm (nếu không phải là hàng ngàn) người đã đồng hành với chúng tôi suốt nhiều năm cùng vui mừng trong sự thành tín của Đức Chúa Trời.

Vào buổi chiều Chúa nhật năm 2015, hội thánh chúng tôi được thành lập ngay giữa thời điểm khó khăn nhất, chúng tôi bắt đầu thì giờ bằng cách đọc danh sách hai mươi lăm điều chúng tôi đã liên tục cầu xin suốt tám tháng trước đó liên quan đến thành quả của hội thánh và củng cố lời chứng Phúc âm ở vùng West End ở Atlanta. Rồi chúng tôi đọc hai mươi lăm cách mà Đức Chúa Trời đã làm vượt quá mong đợi của chúng tôi. Mục tiêu không phải để dạy rằng Chúa ban cho mọi điều chúng ta cầu xin nếu chúng ta kiên trì đủ. Mà mục tiêu là để nhấn mạnh sự thành tín của Chúa trong khi đang chịu khổ vì chúng ta thật dễ quên. Điều này giống như đồng xu che ánh mặt trời vì chúng ta để nó quá gần con mắt của mình. Hãy ghi lại sự thành tín của Chúa và giúp hội thánh bạn thỉnh thoảng lấy đồng xu ra.

Cám dỗ 3: Cá nhân hóa điều Chúa đã định cho tập thể.

Chỉ vì chúng ta có thể cầu nguyện riêng không có nghĩa là chúng ta chỉ được cầu nguyện riêng thôi. Dù cầu nguyện thường là trách nhiệm cá nhân, nhưng chúng ta nên thường xuyên cầu nguyện với người khác. Nếu chúng ta tranh chiến với sự cầu nguyện, thì chúng ta thường có khuynh hướng lẩn trốn.

Hướng đi đúng: Đừng né tránh việc dùng đại từ số nhiều trong lời cầu nguyện, nhất là trong buổi nhóm chung. Dùng đại từ số nhiều trong buổi nhóm họp chung nhắc hội thánh rằng chúng ta là những người dự phần chứ không chỉ là người đến xem. Dùng đại từ số nhiều trong lời cầu nguyện cá nhân nhắc chúng ta rằng chúng ta không phải chỉ là những cá nhân, mà còn thuộc về một gia đình. Chúng ta phải nghĩ đến những cái tên, những gương mặt và những nụ cười, chứ không chỉ những đối tượng chung chung, khi nói "chúng con". Đây là vẻ đẹp của việc tham gia vào hội thánh địa phương. Những đối tượng chung chung này sẽ được lấp đầy bằng những con người cụ thể với những nhu cầu cụ thể.

Cầu nguyện chung, ngay cả khi xưng tội, là công thức của Đức Chúa Trời để kinh nghiệm tự do. Nó khiến chúng ta trở nên khiêm nhường. Đó là lý do Gia-cơ viết rằng chúng ta nên xưng tội với nhau và cầu nguyện cho nhau để được chữa lành (xem Gia 5:16). Bạn thân của tôi, John Henderson, nói rằng lý do Đức Chúa Trời bảo chúng ta xưng tội cùng nhau là vì điều ngăn cản chúng ta xưng tội chính là điều làm cho chúng ta vướng vào tội lỗi đó (vd: tự cao, sợ con người, cái tôi). Đây là những tội ẩn bên dưới. Mời gọi người khác cầu nguyện với chúng ta, nhất là những người cần xưng tội, là món quà tự do tuyệt vời của Chúa ban cho chúng ta.

Cám dỗ 4: Mặc định mọi người đều biết cầu nguyện là gì và biết phải cầu nguyện như thế nào

Đây là điều mà tôi đang hết sức minh chứng qua hơn một trăm trang sách. Chỉ vì cầu nguyện là điều cần thiết không có nghĩa là chúng ta có thể tự nhiên biết cầu nguyện.

Hướng đi đúng: Đừng bỏ lỡ cơ hội hướng dẫn người khác cầu nguyện. Mặc dù bạn có thể là người cầu nguyện lưu loát, không cần phải chuẩn bị nhiều trước khi hướng dẫn cầu nguyện nơi đông người, nhưng xin hãy nhớ rằng những lời cầu nguyện tùy ứng có thể không phải là khuôn mẫu tốt nhất cho người khác bắt chước. Tuy nhiên, ý tôi không phải là bạn phải trau chuốt lời cầu nguyện để biểu diễn. Tôi đang nói bạn cần chuẩn bị trước để hội thánh được gây dựng và lời cầu nguyện của bạn trở thành mẫu mực cho họ.

Khi nói đến việc hát, mọi người đều muốn hát bài hát đã được sáng tác. Nhưng khi nói đến cầu nguyện, nhiều người nhất định tùy cơ ứng biến. Lời cầu nguyện được chuẩn bị trước không phải là kẻ thù của sự chân thật. Đó là trợ thủ của sự rõ ràng và biểu hiện của tình yêu thương, không chỉ đối với Chúa mà còn đối với người khác nữa. Viết sẵn lời cầu nguyện và dâng chúng lên cho Chúa trong sự hiện diện của dân sự Ngài không làm giảm sút tính chân thực, giống như khi viết thư cho vợ rồi ngày hôm sau đưa thư cho nàng. Lời lẽ trong thư thật cảm động. Nàng thậm chí có thể cảm kích hơn khi bạn dành thời gian để nói rõ những suy nghĩ của bạn rồi viết xuống giấy. Chuẩn bị là cách hữu ích khi muốn biểu lộ tình cảm cách rõ ràng.

Chúng ta không chỉ hướng dẫn người khác về lý thuyết, mà cả thực hành nữa. Hãy học cách hỏi "Tôi có thể cầu nguyện gì cho bạn?" hễ khi nào bạn nghe một nan đề hay mối bận tâm nào. Hãy để cho những nan đề, mối bận tâm hay thậm chí những cái cau mày trở thành dịp để bạn đưa ra câu hỏi này. Vì chúng ta có thể cầu nguyện với Chúa bất kỳ lúc nào, nên đừng trì hoãn mà không đưa ra lời đề nghị này. Trẻ con biết con chó bằng cách nhìn ai đó chỉ cho chúng từng con chó khi chúng đi ngang qua, chứ không phải nhờ tra từ *con chó* trong từ điển. Chúng học trong ngữ cảnh của cuộc sống thật. Cầu nguyện cũng thế. Đọc sách về cầu nguyện là điều tốt. San sẻ gánh nặng cho nhau và cùng nhau trình dâng lên Chúa càng tốt hơn.

Cám dỗ 5: Đánh giá hiệu quả buổi nhóm cầu nguyện bằng số lượng người tham dự

Đây là một trong những cám dỗ khó vượt qua nhất, đặc biệt trong nền văn hóa chú trọng đến kết quả như văn hóa chúng ta. Nếu bạn thấy mình phải cố gắng trong nhiều tháng hay nhiều năm mà chỉ có vài người tham dự nhóm cầu nguyện, bạn sẽ dễ mà nghĩ rằng chắc có gì đó chưa đúng. Bạn sẽ bị cám dỗ cho rằng mình cần phải đổi mới.

Hướng đi đúng: Hãy suy nghĩ một cách có chủ đích, không cần phải đổi mới. Cách tốt nhất để tôi biết làm thế nào để cầu nguyện có chủ đích là cầu nguyện về mọi điều. Hãy để cho cám dỗ khiến bạn lo lắng trở thành chiếc đồng hồ báo thức từ Chúa, nhắc bạn rằng đã đến lúc phải cầu nguyện. Nhiều điều như thế này sẽ đến với bạn suốt cả ngày. Đừng chờ cho đến buổi nhóm cầu nguyện rồi mới cầu nguyện với nhau. Đôi khi chính những lời cầu nguyện kiên định, thiết tha và nhắc đi nhắc lại ngoài buổi nhóm cầu nguyện lại là cái bật lửa giúp những tấm lòng lạnh giá được ấm lên đủ để cầu nguyện với nhau.

Cũng hãy chuẩn bị tinh thần cho sự thất vọng. Buổi nhóm cầu nguyện chắc chắn sẽ có ít người tham dự, ít ra là lúc đầu. Nhưng hãy cố gắng. Nếu chỉ có hai người tham dự, thì đó là một buổi cầu nguyện rồi. Đừng vội từ bỏ hay cho rằng cần phải thay đổi. Có thể bạn phải thay đổi điều gì đó, hoặc có thể bạn chỉ cần trung tín mà thôi. Hãy thuận phục điều Chúa kêu gọi hội thánh chúng ta thực hiện và gieo giống. Đến đúng thời điểm, Đức Chúa Trời sẽ làm cho chúng lớn lên.

Trau dồi tinh thần cầu nguyện trong đời sống của hội thánh là một cuộc chạy ma-ra-tông, không phải chạy nước rút. Nó giống như tiến trình quả đấu trở thành cây sồi. Nó đòi hỏi thời gian và nhiều công việc bình thường mà chúng ta không biết hay không nhận ra.

Nhiều yếu tố bên ngoài gây khó khăn cho việc nuôi dưỡng tinh thần cầu nguyện trong đời sống của hội thánh - không có yếu tố nào rõ ràng hơn là sự thành công.

Sự cầu nguyện thường mạnh mẽ khi bách hại xảy ra. Hanh thông thuận lợi nuôi dưỡng tính tự phụ khiến chúng ta tin rằng mình có tất cả mọi thứ. Đừng bỏ cuộc. Hãy nhắc hội thánh nhớ rằng họ rất cần Đức Chúa Trời và làm tất cả những gì có thể để dẫn họ đến ngay ngạch cửa trước của Ngài qua sự cầu nguyện. Mới bắt đầu thì đừng mời gọi quá nhiều người. Ít người cũng không sao cả. Sức mạnh của lời cầu nguyện không nằm ở số lượng người cầu nguyện, mà ở sự vui lòng của Đấng chúng ta cầu nguyện với.

Thời hạn sử dụng

Như Chúa Giê-xu dạy trong bài Cầu Nguyện Chung, cầu nguyện là điều có thể tàn lụi. Đừng cho rằng khuôn mẫu của Ngài là loại thực phẩm đóng hộp sẽ tồn tại đến đời đời. Thay vào đó, hãy xem đó như là ổ bánh mì tươi có hạn sử dụng. Tôi đang nói đến bánh mì thật, không phải loại bánh bao ăn nhanh không bao giờ hết hạn. Tính hữu ích của sự cầu nguyện chỉ dành cho đời này mà thôi. Trong trời mới đất mới chúng ta sẽ không cần cầu nguyện theo cách được chỉ dẫn ở đây - tức là kêu cầu Chúa thực hiện lời Ngài hứa với chúng ta. Trong cõi đời đời, chúng ta sẽ say mê trong sự thành tín của Ngài; chúng ta sẽ không còn cần phải *xin* Ngài mau đến để hoàn thành lời Ngài hứa. Kinh thánh không kết thúc bằng lời cầu nguyện, mà bằng lời chúc phước. Khải Huyền 20:20 là lời cầu xin Chúa đến mau chóng, rồi câu 21 tiếp theo là lời chúc phước và ban ân điển trên những ai trông chờ Ngài.

"Lạy Cha chúng con ở trên trời, danh Cha được tôn thánh" (Mat 6:9). Chúng ta sẽ cảm ơn Ngài *mãi mãi* về thực tế này, nhưng chúng ta sẽ không có lý do gì để dâng lời cầu nguyện này lên như một *yêu cầu*. Đức Chúa Trời sẽ ở với chúng ta! Trời sẽ gặp đất và danh Ngài sẽ được mọi người tôn vinh suốt cõi đời đời.

"Vương quốc Cha được đến. Ý Cha được nên, ở đất như ở trời" (Mat 6:10). Điều này sẽ được thực hiện. Không phải theo nghĩa "đã mà chưa", nhưng theo nghĩa đã được thực hiện cách trọn vẹn đầy đủ. Sẽ không cần phải chờ đợi lời tiên tri sau này nữa. Sẽ không còn có kẻ thù nào cố gắng lật đổ vương quốc của Ngài. Chúng ta sẽ vui mừng vì điều này đã xảy đến. Chúng ta sẽ không phải cầu xin cho nó xảy ra.

"Xin cho chúng con hôm nay thức ăn đủ ngày" (Mat 6:11). Chúng ta sẽ mãi mãi mặt đối mặt với Bánh Sự sống.

"Xin tha tội cho chúng con, như chúng con đã tha những kẻ có lỗi với chúng con" (Mat 6:12). Chúng ta sẽ kinh nghiệm tuyệt đỉnh của lẽ thật này mà không cần Chúa Giê-xu tha thứ tội lỗi nào của chúng ta nữa. Chúng ta sẽ sống trong sự tha thứ đó mà không có nhu cầu liên tục tha thứ cho người khác, vì mọi người đều sẽ trở nên hoàn hảo. Khả năng phạm tội của chúng ta sẽ được cất bỏ hoàn toàn.

"Xin đừng để chúng con bị cám dỗ, nhưng cứu chúng con khỏi điều ác!" (Mat 6:13). Sa-tan sẽ đời đời ở trong nơi khổ hình dành cho hắn, còn chúng ta sẽ được an toàn trong ngôi nhà mà Cha yêu thương chuẩn bị sẵn. Sẽ có sự phân cách vô hạn giữa chúng ta và kẻ thù của linh hồn chúng ta. Nó sẽ không thể nào đến gần chúng ta.

Trên thiên đàng, tất cả mọi *sự cầu xin* trong bài Cầu Nguyện Chung đều sẽ không còn cần thiết nữa. Đức Chúa Trời đã chu cấp mọi điều chúng ta cần. Chúng ta sẽ chỉ cần dành phần thời gian còn lại trong cõi đời đời để cảm ơn Ngài mà thôi.

Khi Đấng Christ dạy chúng ta cách cầu nguyện, Ngài làm điều đó với hình ảnh của một thế giới rạn nứt trong trí. Giống như ma-na được ban cho để dùng trong ngày, cầu nguyện (theo cách chúng ta thảo luận ở đây: dân sự Chúa kêu cầu Ngài thực hiện những lời hứa giao ước) cũng có thời hạn sử dụng. Tính hữu ích của sự cầu nguyện không kéo dài sang ngày mai của cõi đời đời. Vì vậy, đừng chờ cho đến ngày mai mới tận dụng nó. Bạn đang có nó ngay hôm nay. Bạn đang thở bằng hai lá phổi ngay lúc này. Vậy thì, hãy thở sâu, thở đều và thở chung với nhau.

Phụ Lục Theo Câu Kinh Thánh

Sáng Thế Ký
   2:18, 56
   3:15, 29, 30
   4:25, 30
   4:25–26, 29
   4:26, 29, 30
   11, 40
   18:22–23, 19

Xuất Ê-díp-tô Ký
   5:22–23, 102
   6:9, 79
   32:31–34, 19
   33:11, 27
   34:6–7, 76

Ru-tơ
   1:9, 90
   2:12, 90
   2:15–18, 90
   3:1, 90
   4:13, 90

Thi Thiên
   5:1–3, 38
   13, 31
   13:1, 31
   13:2, 88
   13:6, 31
   32, 76
   32:11, 77
   51:14, 77
   81:10, 106
   90:2, 74
   103:13, 38
   115:3, 40
   130, 77
   130:1, 77
   130:6, 77

Châm Ngôn
   30:8–9, 50

Truyền Đạo
   5:2, 41

Ê-xê-chi-ên
   3:18, 103
   34:7, 63

Na-hum
   1:7, 80

40
   6:9, 39

Ma-thi-ơ
   5–7, 37
   5:29–30, 37
   5:32–33, 37
   5:39–42, 37

    6:5, 37
    6:8, 38
    6:9, 36, 40, 42, 117
    6:9–10, 42
    6:9–13, 25, 37, 42
    6:9–15, 28
    6:10, 43, 44, 118
    6:11, 50, 118
    6:12, 52, 118
    6:13, 52, 118
    7:11, 38
    7:21–24, 103
    18:21–35, 52
    26:36, 37
    28:18–20, 7

Mác
    8:31–34, 20
    10:35–39, 62
    10:45, 62
    14, 24
    14:29–31, 62
    14:33, 61
    14:34, 62
    14:34–40, 66
    14:36, 63–65
    14:38, 66, 69
    14:39, 66
    14:41–42, 67
    15:39, 48

Lu-ca
    1:1–4, 85
    1:12–26, 86
    2:42–47, 86

    3:1, 86
    4:23–31, 86
    6:1–6, 86
    7:59–60, 86
    8:14–15, 86
    8:22–24, 86
    9:40, 86
    10:1–8, 86
    10:2, 109
    10:9–23, 86
    11:1, 24, 25
    11:1–4, 28
    11:2–4, 25
    12:1–5, 86
    12:12, 86
    13:1–3, 86
    14:23, 87
    15:17–19, 76
    16:16, 87
    16:25, 87
    20:36, 87
    22:43, 66
    22:47, 67
    27:29, 87
    28:8–9, 87

Giăng
    4, 101
    6:10–11, 37
    11:41–44, 37
    14:9, 27
    15:8, 105
    15:16, 105

Công Vụ Các Sứ Đồ

1:1–3, 85
4:23–31, 20, 69
4:31, 2
5:40–41, 20
5:42, 69
6:2, 93
10:34, 94
20:24, 87
20:25–38, 96
21:1, 87
Rô-ma
3:21–26, 76
8:1, 38
8:15, 38
10:1–4, 103, 108
12:15, 89, 92
2 Cô-rinh-tô
4:3–6, 43
6:10, 79
Ga-la-ti
2:20, 44
Ê-phê-sô
4:13, 7
1 Tê-sa-lô-ni-ca
5:17, 112
1 Ti-mô-thê
4:10, 32
Tít
1:1–2, 32
2:11–14, 32
3:4–7, 32
Hê-bơ-rơ
1:3, 28
12:5–11, 38
Gia-cơ
1:17, 38
2, 14
2:15–16, 57
4:1–4, 48
5:16, 114
1 Phi-e-rơ
4:10, 7
Giu-đe
20–21, 7
Khải Huyền
20:20, 117
20:21, 117
22:20, 30

www.ingramcontent.com/pod-product-compliance
Lightning Source LLC
Chambersburg PA
CBHW060811050426
42449CB00008B/1628